Can We Go Back

Huggettia

Ukiyoto Publishing

All global publishing rights are held by

Ukiyoto Publishing

Published in 2023

Content Copyright © Huggettia

ISBN 9789358461848

www.ukiyoto.com

Contents

Prologue

Maniniwala ka pa ba sa love kapag naranasan mo na ang pinakamatinding sakit na sa tingin mo ay maaaring maging dulot nito? Aasa ka pa ba na tutuparin niya pa ang mga ipinangako niya kahit na pakiramdam mo ay wala naman na talaga siyang balak na tuparin pa lahat ng iyon. Magiging malakas at matatag ka ba sa kabila ng lahat ng nangyari o mas pipiliin mo na kwestyonin ang sarili mo kahit wala ka namang ideya kung kailan at paano nga ba nagsimulang magbago ang lahat.

Ako si Jade Naive Guaren, Highschool at kasalukuyan kasali sa top ng klase. Marami sa kaibigan ni mama ang nagsasabi na excited daw sila makita akong successful sa future dahil nga raw isa akong matalinong bata at sigurado sila na makakapagtapos ako sa pag-aaral at magkakaroon ng magandang kinabukasan, Marami ang nagtatanong kung ano nga ba ang pangarap ko kapag nakapagtapos na, Palagi kong sinasagot na gusto ko maging Doctor at kapag tinatanong ako kung bakit ay ngumingiti nalang ako dahil hindi ko rin naman kayang sabihin ang sagot.

Hindi ko naman talaga pangarap ang maging Doctor, dahil ang totoong pangarap ko ay ang makapag-asawa ng Doctor.

What Happened?

"Congratulations Mrs.Sevara, you are 1 month and 1 week pregnant." Nakangiti balita sa akin ng Doctor, mapait akong napangiti bago humawak sa tyan ko.

Hey little angel, are you really there?

"Where's Mr.Sevara?" Tanong nya, tumingin ako sa ibang direksyon para umisip nang isasagot ko.

"Busy Doc, you know, Hospital duty then Companies," Sagot ko, mahina siyang tumawa bago iabot sakin ang tatlong pregnancy test na ginamit ko kanina..

Hindi na rin ako nag tagal, may nireseta siyang vitamins na makakatulong raw sa pagbubuntis ko dumeretso ako sa opisina ng asawa ko para ibalita ang magandang balitang ito, sa kabila ng nangyayari sa amin ay may karapatan pa rin naman siyang malaman ang about dito.

"Good Morning Mrs. Sevara, are you looking for Mr. Sevara po?" Nakangiting salubong sa akin ng sekretarya niya, tumango ako bilang sagot bago umupo sa isang upuan sa labas ng opisina.

"Sandali lang po." Pumasok siya sa loob para ipaalam sa asawa ko na nandito ako.

"Mr.Sevara nandito ho sa labas ang asawa nyo," Rinig ko sa boses ng secretary niya, nakita ko naman ang pag tango niya bilang sagot bago ako tuluyang papasukin ni Hania, yun yung pangalan ng sekretarya.

Tatlong beses pa akong napalunok bago kunin ang pregnancy test sa bag ko pero hindi ko pa tuluyang nakukuha iyon nang may ibagsak siyang papel sa harapan ko.

"Kailan mo balak pirmahan?" Seryosong tanong niya habang seryosong nakatingin sa divorce papers, tinitigan ko 'yon bago umupo sa harap niya.

"Wala na ba talaga Azi? Itatapon mo nalang ba talaga lahat ng ganon ganon lang?" I bit my lower lip to stop myself from sobbing.

Sunod sunod na tumulo ang luha sa mga mata ko pero agad ko ring pinunasan 'yon.

"Hindi na kita mahal, wag na natin pahirapan ang mga sarili natin Jade, let's finish thi…"

"I'm Preg…" I tried to cut him pero agad rin akong natigilan nang bumukas ang pinto.

"Hi Azriel! Missed me baby?" Si Monica, his mistress.

Pinanood ko siyang yumakap at humalik sa pisngi ni Azriel, na animo'y wala ako rito, na animo'y wala akong pwedeng gawin habang nililingkis niya sa harap ko ang asawa ko.

"Oh, hello there Jade, just sign," Matapang na aniya matapos ibaling sa akin ang paningin niya. Seryoso lang din na nakatingin sa akin si Azriel na parang wala siyang pake sa nararamdaman ko sa mga oras na ito.

Ayokong pumirma dahil gusto kong bigyan ng kumpletong pamilya ang magiging anak namin, gusto ko na maayos kami hindi na para sa akin, gusto ko na lumaki ang bata merong kinikilalang ama pero paano mangyayari 'yon kung si Azriel na mismo ang nagtutulak sa akin palayo? Kung siya na mismo ang nagpapa mukha sa akin na kahit anong sabihin at gawin ko ay hindi na kami maayos.

Nangangatog kong kinuha ang ballpen, Hindi ko talaga malilimutan ang mga salitang binitiwan at ipinangako namin sa altar noong araw ng kasal namin, sa harap ng diyos at lahat ng mga kakilala namin. Kung saan siguradong sigurado pa kami sa isa't isa, mahal na mahal niya pa ako at ganun din ako sa kaniya.

'to have and to hold, from this day forward, for better for worse, for richer for poorer, in sickness and health, until death us part.'

Nasaan na ang pangakong binitiwan mo?

Nasaan na ang lalaking minahal ko?

Madiin akong napapikit bago pirmahan ang divorce papers.

Hindi kita kayang bitawan pero ilang beses mo nang pinapamukha sakin na mahal mo siya, na dapat na kitang bitawan dahil sa pagkakataon na ito, kahit hindi pa ako sumuko… ako pa rin ang talo.

Why does this world need to be unfair sometimes?

I'm always questioning myself, Where did we go wrong?

Where did I go wrong?

Alam ko na hindi ako nagkulang kaya bakit?

I am Mrs.Jade Naive Guaren Sevara, well I had a perfect married life back then, I don't know where or when it started but this is really what happened.

We're highschool lovers, well nakakatawang isipin na on and off kami pero sa simbahan pa rin pala ang bagsak namin.

After a years I got pregnant, tatlong taon na rin kaming kasal bago ako nabuntis, he's the happiest man I know noong ibinalita ko sa kanya na buntis ako.

Nandito kami sa garden ngayon habang pinagmamasdan ang mga bulaklak na itinanim ng parents nya, ang sarap sa pakiramdam.

Yakap yakap nya ako mula sa likuran ko while his head is resting in my arms, I pinched his hand kaya naman bahagya niyang isinulat ang mga mata niya.

"Why?" Tanong nya bago ako hilahin paupo sa swing at doon ako iduyan.

I am 4 months pregnant.

"Love, anong gusto mong maging gender ng baby natin?" I curiously asked, patuloy lang siya sa pag duyan sa akin habang nag iisip ng isasagot niya.

"Hmm, kung ako ang tatanungin. Gusto ko ng lalaki," I smiled at him after he said his answer, same as mine.

"Eh, anong ipapangalan mo?" Tanong ko ulit, nowadays madalas akong mag tanong sa kaniya ng mga ganitong questions, siguro ay dala lang din ng pagka excite.

"Luke, but if you don't want it, we can change it," Tumabi sya sakin since malaki naman ang swing na inuupuan ko, he held my tummy to feel our baby.

"What if she's a girl? Will you still be happy?" I rested my head on his chest, he brushed my hair and nodded as answer.

"Of course I will, besides ikaw naman ang pinaka importante sakin, may baby man o wala, we can still be happy parin, you'll always be my baby, Jade," Napangiti ako matapos niyang sabihin yon.

But it was all a lie.

Months had passed I am 6 months pregnant when this girl came into my life, nakipag kaibigan sya sa akin and after one month, inamin nya sakin na gusto nya ang asawa ko, itinulak nya ako sa hagdan mismo ng bahay namin dahilan para malaglag ang anak ko.

Kasabay ng pagkawala ng anak ko ay siya ring pagkawala sa akin ng asawa ko.

And you know what is the worst part? That girl who pushed me is his mistress.

Naglalakad ako sa initan habang tuloy tuloy lang sa pag punas ng luha ko, hindi ko alam kung saan ako pupunta, ni hindi man lang ako sinundan ni Azriel.

"Taxi." Pag para ko kahit nahihilo na ako dahil sa sobrang init, wala akong ibang mapupuntahan ngayon kundi ang parents house ko, doon rin pala ako babalik after 4 years.

Well after naman mahulog ng anak ko ay medyo maayos pa kami, may mga hindi pagkakaintindihan dahil nga nag sisisihan kami dahil sa nangyari, palagi nyang sinisisi sakin ang pagkawala ng anak namin.

Unti unti kong naalala ang unang naging away namin.

"It's late, saan ka galing?" Salubong ko sa kanya, hindi niya ako pinansin, in fact ay nilampasan nya lang ako na para bang hangin.

"Azriel I am talking to you, ano bang ginagawa mo sa sarili mo? gabi gabi ka nalang lasin…" Worried na tanong ko, he put his hand on my mouth to shut me up.

Pilit kong inalis ang kamay nya bago siya harapin.

"Azriel ipahinga mo naman ang atay mo."

"Pagod ako, Jade. Bukas mo na ko sermonan please, kagaya nga ng sabi mo, late na rin bakit hindi ka pa natutulog?"

"Malamang I'm worried, it's 2 a.m. in the morning and uuwi kang wasted, can't you just moved on from what happ…" Napahinto ako matapos niyang hampasin ang lamesa, inaamin ko. Nakaramdam ako ng takot.

"Can you please stop bringing up the topic? Ayaw mo ngang tanggapin na dahil sa kapabayaan mo kaya nawala ang anak natin, dahil hindi ka nag iingat! It's your fault Jade," Isang malakas na sampal ang nakapag patigil sa kanya, bahagya ring napatagilid ang ulo niya dahil sa lakas non.

"Oo! Kasalanan ko Azi pero please naman, Wag mo akong pagsalitaan na parang ikaw lang ang nawalan! Azriel anak ko rin yon, Masakit rin sakin pero wala akong ibang magagawa kundi ang mag move on!" Sigaw ko sa kanya, I bite my lower lip to stop my tears from falling.

"So tell me? Paano ako mag m-move-on Jade? Tangina! Anak natin yon, bakit parang ang dali dali lang sayong itapon lang yon at sabihan ako na mag move on," Sigaw nya pabalik kaya naman bahagya akong napapikit.

"Azi kung hindi ako mag mo move on paano na tayo? Kung pareho tayong mag papakalugmok paano tayo makakabangon ulit? Masakit rin para sakin yon pero pinipilit kong kalimutan para tulungan kang makaahon, kasi kung hindi kita tutulungan baka pati ang relasyon natin e hindi na rin tuluyang makabangon!" Hinayaan kong tumulo ang luha ko dahil alam kong may mali, may problema kami, na hindi kami okay.

Tahimik lang akong umiiyak sa loob ng taxi habang iniisip kung paano kami nag ka ganito.

Kung hindi ba nawala ang anak namin e mauuwi parin sa ganito ang lahat?

Napalingon ako sa driver nang tumikhim sya, nginitian nya ako bago iabot sa akin ang tissue.

"I'm sorry manong ah," Hingi ko ng tawad habang pinupunasan ang luha ko.

"Wala ho 'yon, tumahan na rin ho kayo hindi po maganda ang iyak ng iyak, nakakapangit," Bulong nya pa kaya mahina akong napatawa, tumango tango ako bago pilitin ang sarili ko na huminto sa pag iyak.

Ano na kayang ginagawa ng asawa ko ngayon? Masaya na kaya siya na pinirmahan ko na ang divorce papers na matagal na nyang gusto mapirmahan? Napailing nalang ako dahil sa iniisip ko.

I shouldn't stressed myself, hindi na ako nag iisa ngayon, kung sana lang ay nasabi ko sa kanya na buntis ako baka may pag asa pa na maayos kami.

Huminto ang sasakyan sa harap ng bahay namin, agad kong inabot ang bayad bago pumasok sa loob.

Iginala ko ang paningin ko sa buong bahay, ito na naman ang hindi matigil na pagbuo ng luha ko.

Umupo ako sa sofa habang inaalala ang mga masasayang bagay na nagawa namin dito, mapait akong napangiti bago tumayo at umakyat patungong kwarto.

Isinandal ko ang ulo ko sa frame ng pinto habang pinagmamasdan ang kwarto namin ni Azriel, ito siguro ang pinaka mamimiss ko. Nakadisplay sa magkabilang gilid ang dalawang malaking picture namin nung kasal, sobrang saya tignan ng mga ngiti namin doon.

"I need to leave for good, I need to give myself some space, alam kong ayaw na rin ni Azriel na mag stay pa ako dito."

Suminghot ako at doon ko lang napansin na basang basa na pala ang mukha ko dahil sa luha, pinahid ko ang luhang tumutulo don bago kunin ang maleta ko.

Isa isa kong nilagay ang lahat ng gamit ko doon, damit, sapatos, wala akong tinira kahit na ano. Halos kay Azi na rin naman ang lahat ng gamit na nandito sa kwarto kaya less hassle na sa pagdadala ng gamit ko.

Iginala ko sa buong bahay ang paningin ko sa huling pagkakataon, bubuksan ko na sana ang pinto pero napatigil ako nang biglang mag bukas yon.

"Where are you going?" Tanong ni Azriel, ibinaba niya ang kanyang tingin sa maletang dala dala ko bago tumango.

"You're leaving." Dagdag nya, itinango ko nalang ang ulo ko bago mag patuloy sa pag hila ng maleta ko.

Hahakbang na sana ako palabas pero agad akong napahinto nang mag salita pa sya.

"Siguraduhin mong wala kang maiiwan ni katiting na gamit mo, Jade. Ayoko nang makaalala ang kahit na anong tungkol sayo." Halos manigas ako dahil sa sakit pagkatapos niyang sabihin yon.

Really Azriel? Ganyan ba talaga kalaki ang galit mo sa akin?

"Wala naman na siguro akong naiwan, sya nga pala. Ipinag luto na kita para hindi kana mag order pa ng lunch mo, may sinigang doon sa kusina, aalis na ako," Hahakbang na sana ako palampas sa kanya pero agad niyang hinapit ang braso ko dahilan para mapatigil ulit ako.

"Dalhin mo na 'yon, Jade. Hindi ko rin naman kakainin," Seryosong sabi nya, kunot noo ko syang tinignan bago bitiwan ang maleta ko.

"Kumain kana ba?" Tanong ko, fuck this love, bakit nag aalala parin ako sa kanya sa kabila ng lahat ng masasamang sinabi nya?

"Tapos na, nag dala ng lunch si Monica sa office kanina," Bahagya akong yumuko para punasan ang luhang nagbabadya na sa pag tulo.

"Ah ganun ba, aalis na ako ah? kailangan ko na kasing umalis, hindi na ako makakapag balot. Ipakain mo nalang sa mga galang aso, Mag ingat ka palagi okay? Gumising ka ng maaga dahil hindi naman kita madadalaw dito para gisingin…" Pinilit kong ituwid ang boses ko para hindi nya malaman na umiiyak ako.

"Hindi na ako bata, Jade." Pag putol niya sa sasabihin ko kaya naman napa tango tango nalang ako bago ibalik ang pagkakahawak sa maleta ko.

"See you on the other half love," Paalam ko, sarkastiko syang tumawa bago tumango.

"See you never, Jade," Malamig na tugon nya, love..

Huminga ako ng malalim bago isakay sa sasakyan ko ang mga gamit ko, kinabisado ko ang itsura ng bahay namin… Ni Azriel bago ako tuluyang umalis.

Iyak lang ako ng iyak nang makarating ako sa parents house ko, alam nila na nag kaka problema na kami ni Azi pero hindi ko binabanggit sa kanila ang divorce na hinihingi nya.

"Mom, I didn't save it, I didn't save our marriage." Umiiyak na sabi ko bago yumakap kay mommy, she's the only people I know that can comfort me at this hours. "Mom, Am I not a good wife?" Pag kukuwestyon ko sa kanya, umiling iling siya bago suklayin ang buhok ko gamit ang daliri nya to help me to calm down.

"Hush, It's not your fault, stop blaming yourself." Pag papa tahan nya sakin, inalalayan nya ako paupo sa sofa bago abutan ng tubig.

"Should I remove this?" Tanong ko habang nakatingin sa engagement and wedding ring na nakasuot sa daliri ko.

Rings are a simbol of love never ending.

Mapait akong napangiti matapos marealize na hindi naman pala totoo yon.

"If you want then remove them but if you're not yet ready, pwede naman na mag stay lang yan dyan hanggang sa maging ready ka to set yourself free." Sagot ni mommy, uminom ulit ako sa tubig na inabot niya dahil pakiramdam ko ay mauubusan ako ng tubig sa katawan dahil sa sobrang pag iyak.

Sa ngayon iniisip ko nalang ang batang nasa sinapupunan ko, paano ko kakayanin na lumaki ang anak ko na walang ama? paano ko kakayanin na magaya sya sakin lumaking hindi manlang nakikilala ang ama nya?

Should I do abortion?

Of course not, nawala na ang lahat sa akin, ang anak ko, ang asawa ko at baka mabaliw na ako kung pati ang batang ito ay mawawala rin.

"Ang lalim ata ng iniisip mo." Napalingon ako nang biglang pumasok si mommy dito sa loob ng kwarto ko, may dala syang gatas at halatang naghahanda na rin sa pag tulog.

"Ma, naman. Hindi mo na dapat ako pinag timpla, I can do it by myself naman po. Dapat magpahinga kana, it's getting late na rin," Sabi ko habang inaabot yung isang baso ng gatas, tinawanan nya ako bago tingnan ang iniisketch ko.

"New client?" Tanong nya habang nakatingin sa ball gown na dinedesign ko.

"Yes mom, masyadong mapili at maarte sa designs e, need po pag puyatan." Sagot ko, binuklat nya ang sunod na page ng sketch pad ko at sumalubong sa kanya ang hindi pa tapos na drawing ko para kay Azriel, ireregalo ko sana to for our Wedding Anniversary next month, ang kaso hindi na umabot.

Huminga ng malalim si mommy bago halikan ang noo ko.

"Don't forget to rest okay?" Tumango tango ako bilang sagot, agad rin naman syang lumabas dahil dinadalaw na raw sya ng antok.

I handed my phone and start scrolling into my facebook account, I stalked Azriel's account dahil nakaramdam na naman ako ng pagka miss, sa loob ng apat na taon ngayon ko lang ulit siya hindi na katabi sa pagtulog, kakaiba na sa feeling, yung tipong parang may kulang na.

"Azi, namimiss mo rin kaya ako? Umiiyak ka rin kaya sa mga oras na to?" Tanong ko habang nakatitig sa profile picture nya, parang last year lang ay kaming dalawa pa nakalagay dito, ngayon hindi na.

Wala rin siyang gaanong post dahil masyado siyang busy sa mga pasyente nya, also he's running their family business na ipinamana na rin sa kanya, malakas pa nga ang loob ko dating isipin na hindi na sya mag kakaroon pa ng babae dahil bukod sa may tiwala ako sa kanya, e alam ko rin na wala na siyang oras para mambabae pa.

And now here I am again questioning my own worth.

Umiling iling ako habang pinupunasan ang luha ko, hindi ko napansin na kanina pa pala ako nakatitig sa pictures nya.

I checked his albums, napangiti ako matapos makita na hindi nya pa dinedelete ang mga pictures namin doon, tsk, Am I still hoping na babalikan nya pa ako?

He already chased Monica.

Pinatay ko ang ilaw ng kwarto at agad na nag talukbong ng kumot, doon ko binuhos ang lahat ng luha ko, nagbabakasakali na maubos at mapagod rin ako.

Nagising ako dahil pakiramdam ko ay bumabaliktad ang sikmura ko, nasanay na ako dahil halos 1 week na rin siguro akong ganito, hindi lang alam ni Azriel dahil nga maaga syang umaalis papuntang trabaho.

Mapakla akong napangiti matapos makita na wala ako sa kwarto namin ni Azi, I'm at my Maidens home.

New home, New beginning, I guess?

"Breakfast?" Tanong ni mama, tumango ako bago sumunod sa kanya papunta sa kusina.

"What happened? Narinig kitang umiiyak kagabi, Jade you should take care of yourself, ganoon na rin sa Mental Health mo." Paalala nya, I sighed before nodded.

"I will mom, gusto ko lang iiyak lahat sa ngayon." Sagot ko habang sumasandok ng makakain ko.

"What really happened?" Tanong ni mommy, I don't know, I don't know mom kasi pati ako ay itinatanong rin yan

Sa mga sumunod na araw ay pinilit kong mabuhay ng wala sya, pinilit gumising sa araw araw ng hindi siya iniisip at iniiyakan, well mahirap noong umpisa pero kinaya ko, kinakaya ko, not for me but for my baby.

Hindi ko naman itatanggi na umiiyak parin ako, hindi naman kasi talaga ganon kadali pero atleast, nakakaya ko nang tanggapin na hanggang doon na lang yon, na kailangan kong gumising sa araw araw na walang Azi sa tabi ko, walang good morning from him.

Well 11 years na kaming mag karelasyon ni Azi, sinong mag aakala na mauuwi lang sa ganito ang lahat?

Iniiisip ko nga rin minsan kung anong gayuma ba ang ginamit ni Monica kay Azriel para lang magamit ko rin sa kanya at mapabalik sya sakin.

I'm 2 months pregnant, hindi pa naman ganun kalaki ang tyan ko and hindi parin alam ni mommy na buntis ako dahil natatakot akong sabihin nya kay Azi, knowing her, baka sugurin nya pa si Azriel para lang pilitin na makipagbalikan sa akin.

"What happened?" Tanong ni mommy, kumakain na sya ng breakfast and napansin niya siguro na hindi pa ako kumakain.

"Bakit nakatakip ka sa ilong mo?" Dagdag na tanong nya. "Don't you like the foods?" Parang nagtatampo pang sabi nya, mahina akong tumawa bago sumandok ng pagkain kahit na nababahuan ako, ganito ba talaga pag buntis? sayang naman dahil favorite ko yon kung hindi ko makakain.

Pinipigilan ko ang paghinga sa tuwing susubo ako, pakiramdam ko ay masusuka ako dahil sa amoy non, hindi ko talaga kaya.

Napatingin sakin si mommy nang ilayo ko ang pinggan ko, inamoy niya ang pagkain dahil hindi ko bibitawan ang ilong ko.

"Okay ka lang ba?" Tanong nya, lumapit pa sya sakin para i check ang noo at leeg ko, my god I'm not sick!

"I'm fine p…" Napatakbo ako matapos kong masuka, sinundan ako ni mommy hanggang sa makarating kami sa lababo.

Kitang kita ko ang pagtaas ng kilay nya, I know what she's thinking, my mom is not dumb.

"May hindi ka ba sinasabi sakin?" Tanong nya, It scares me.

"Wala mom, you're overthinking I just vomit because I drink last night." Pagsisinungaling ko.

"Wala namang bote ng alak sa kwarto mo ah? Pati maaga kang natulog kagabi kahit kailan talaga ay hindi ka marunong mag sinungaling Jade." Umiling iling pa sya bago ilabas ang cellphone nya, nag madali ako sa pag agaw non pero inangat nya lang yon para hindi ko maabot.

"Sige, tumalon ka." Hamon nya sakin, nginisian ko sya at akmang tatalon na ako pero agad nya akong pinigilan.

"Are you out of your mind gusto mo bang makunan ulit?" Stressed na sabi nya, tinawanan ko sya bago kapitan ang balikat nya.

"I'm not pregnant nga po." Tanggi ko, she continued dialing on her phone trying to call our family doctor.

"Yes this is Mrs.Guaren, I want to talk to Mrs.Feñasa, It's seems like my daughter is sick." Pag kausap nya sa phone, nagdabog ako hanggang makarating pabalik sa dining table.

"Wait for the doctor, Mrs. Feñasa is not around, na mild stroke sya so antayin nalang natin yung inassist nilang temporary family doctor natin, wag lang talagang sasabihin ng doctor na buntis ka, sinasabi ko sayo Jade ha! Ako mismo ang sasampal sa asawa mo." Banta nya, pasimple ko syang inirapan pero inner me, gustong gusto ko na mag wala dahil kinakabahan na ako kay mommy.

Ilang minuto pa kami nag antay, ramdam ko na pinapawisan na rin ako dahil sa kaba, of course the doctor will find out that I'm pregnant. Wala na akong kawala dito.

"Ma'am nasa labas ho si Sir Azriel, bubuksan ko ho ba?" Paghingi ng permiso nung katulong namin, nanlaki ang mata ko bago tumakbo paakyat at mag tago sa kwarto ko.

"Jusko anong ginagawa nyan dito." Bulong ko sa hangin habang nakasandal sa pintuan ng kwarto ko, sunod sunod akong huminga ng malalim para pakalmahin ang sarili ko, excitement, galit, sakit, hindi ko maintindihan ang nararamdaman ko, pangalan palang nya ang naririnig ko ganyan na agad ako mag react paano na kaya pag nakita ko na sya?

"Jade open this door." Rinig kong katok ni mommy, inayos ko ang sarili ko bago buksan ng maliit ang pinto, sinilip ko kung may kasama ba sya pero wala, bubuksan ko na sana ng malaki yon nang biglang lumapit si Azriel sa likod ni mommy so I tried my best to close it again pero mas malakas sakin si Azi kaya naman nabuksan nya ang pinto.

"Anong ginagawa mo dito?" Tanong ko trying to hold my anger and tears.

Akala ko ay hindi na ako iiyak pag nakita ko sya.

See you never nga daw hindi ba? Anong ginagawa niya dito?

Hindi niya sinagot ang tanong ko, sa halip ay nag lakad lang sya palapit sakin wearing his serious expression.

Wala akong nagawa kundi ang umatras, dahil baka masampal ko lang sya pag hindi ko napigilan ang sarili ko.

"Azi please get out." Kalmadong sabi ko, he reached my hand bago ako hilahin papunta sa kama.

"What happened to you? May sakit ka daw?" Tanong nya, I heard the worried tone in his voice trying his best to hide it with his cold voice.

"Wala, pati kung may sakit man ako. Kaya ko namang alagaan ang s…" Napahinto ako matapos niyang ilagay ang likod ng palad nya sa noo at leeg ko, trying to check my temperature.

"It's not fever, tell me what happened?" Tanong nya, he tried to reached my hand but I refuse it, tumingin ako sa ibang direksyon at hindi na sinagot pa ang tanong nya.

Hinawakan nya ang baba ko at ipinaharap yon sa kanya bago nya ako titigan ng diretso sa mata.

"What's wrong? Isang buwan palang tayong hiwalay e nakakasakit kana." Napasinghap sya bago ilibot ang paningin sa buong kwarto ko.

"I'm not sick." Matapang na sagot ko, tumingin ulit ako sa ibang direksyon para hindi niya makita ang namumuong luha sa mga mata ko, gusto ko man sabihin sa kanya na buntis ako ay hindi ko kaya.

Napatingin sa sa side table ng kama ko, nanlaki ang mga mata ko matapos makita ang pregnancy test na nakapatong don, teka, paano napunta doon? Ang burara mo talaga Jade!

"Now I know." Seryosong sabi nya habang seryosong nakatingin sa pregnancy test, I felt scared, gusto ko syang paalisin dahil hindi ko na kayang tagalan ang presensya nya.

"Ano bang sinasabi mo, umalis kana Azi!" Taboy ko sa kanya, tumayo ako sa kama para maitulak ko sya palabas pero halos mawalan ako ng balance nang bigla nyang hapitin ang bewang ko palapit sa kanya, ngumiti siya bago ako buhatin pabalik sa kama.

That smile, it isn't fake. Masaya ba siya? No Jade, he isn't. Gusto na niyang makipaghiwalay sayo kaya bakit siya sasaya pagkatapos malaman na magkakaanak kayo?

"Azriel ano ba! Umalis kana nga!" Sigaw ko sa kanya, halos maiiyak na, I can't control my feelings, pakiramdam ko ay sasabog ako dahil sa halo halong emosyon na nararamdaman ko ngayon.

"You're pregnant." Seryosong sabi nya bago ibaba ang tingin sa tyan ko, agad ko namang tinulak ang mukha nya palayo sakin.

"Hindi naman sakin 'yan e!" Pagsisinungaling ko, tinaasan nga ako ng kilay before doing that downward smile that makes him looks cool.

"Kanino? Sa mom mo?" Sarkastikong tanong nya, inirapan ko sya bago umiling, why is he acting like this? Bakit hindi nya buntisin yung kabit nya at yon ang guluhin nya?

"Sa friend ko." Proud na sagot ko, yumuko ako upang mag isip ng mga isasagot sa iba pang itatanong nya.

"Liar," Sabi nya bago hawakan ang baba ko para ipantay sa mukha nya. "Sa 11 years natin together alam ko na kung kailan ka nagsasabi ng totoo o kung kailan ka nagsisinungaling so tell me, ilang buwan na?" Kunot noong tanong niya, itinaas ko ang kilay ko bago sagutin ang tanong nya.

"Ano bang pake mo?" Inis na sagot ko, huminga sya ng malalim bago ipulupot ang braso nya sa bewang ko at higitin palapit sa kanya.

"I'm patiently asking you Mrs.Sevar-"

"Correction, Ms.Guaren." I cut him, ramdam ko na hindi sya natuwa dahil don, bakit? sya naman ang may kasalanan hindi ba? minahal at pinagsilbihan ko sya tapos ipagpapalit nya lang ako sa babaeng hindi malaman kung ahas ba o tao.

"Fine, but why did you still wearing those rings?" Tanong nya habang nakatingin sa mga singsing sa daliri ko, tinignan ko ang daliri nya na sana ay hindi ko na lang ginawa dahil parang sinaksak ako ng ilang daang kutsilyo matapos makita na wala na ang wedding ring doon.

Nasaan na? Tinapon?

Ganon lang ba kadali sa kanya na hubarin yon? Kasi sa akin hindi, hindi ko pa kaya, but I cannot blame him, we're not married anymore so what's that ring for?

Tinitignan ko ang singsing bago hubarin yon sa harap nya mismo.

"Here." Sabi ko bago i abot yon sa kanya, parang nagulat pa sya sa ginawa ko at hindi naka respond agad, pinilit kong buksan ang kamay niya bago ipahawak sa kanya ang dalawang singsing na binigay nya sakin.

Tapos na.

Hindi umalis si Azriel sa tabi ko hanggang sa mag hapon, doon na rin siya kumain, hindi naman na ipinakita ni mommy ang galit nya dahil hindi naman nya alam ang totoong nangyari

Si Azi naman, tahimik lang na kumakain, nakikipag kwentuhan pa na akala mo naman walang nangyari, halos isuka nya nga ako noong mga panahon na pinapa pirmahan nya ang divorce papers sakin.

"Wag mong ilipat!" Reklamo ko nang ilipat nya ang palabas, he's watching basketball. Ganitong ganito rin kami doon sa dati naming bahay, sa tuwing manonood ako ng drama ay ililipat nya ang channel para manood ng basketball.

Tumayo ako bago agawin sa kanya ang remote, ibinalik ko yon sa dramang pinapanood ko, mabilis naman akong naluha dahil mag hihiwalay na yung bida.

Pansin ko na nakatingin lang sakin si Azi habang umiiyak ako, ramdam ko rin na pinipigilan nya ang tawa nya kaya naman tinignan ko sya ng masama bago batuhin ng unan.

"Epal." Singhal ko bago bumalik sa pag iyak, hindi ako tumigil hanggang sa matapos ang palabas, kung gaano katagal ang palabas e ganon rin katagal na nakatitig sa akin si Azriel.

"Hindi ka pa uuwi? Late na, baka hinahanap kana ng Monica mo." Sarkastikong sabi ko habang inaayos ang higaan ko.

"Dito ako matutulog." Sagot nya. "Hindi ako aalis hanggang hindi mo inaamin sakin na sayo yung pregnancy test." Sandali akong napatigil sa pag aayos bago humarap sa kanya.

"Then what if sakin nga? Paano ka nakakasiguro na ikaw ang tatay, hm Azi?" Nanghahamong sabi ko, napaatras ako nang lumapit sya sakin.

"Ano bang ginagawa mo? Matutulog na ako Azi." Sabi ko habang patuloy parin sa pag hakbang patalikod.

Hindi ko napansin na kama na pala ang nasa likuran ko kaya naman muntik na akong matumba matapos kong hindi makapag balance, Azi reached my back and kissed my forehead before help me to stand up.

"Sa akin lang tumingin ng ganyan ang mga mata mo Jade, good night." Hindi ako nakagalaw dahil don.

Bakit niya ba ginagawa to? Kung ginagawa nya to para sa bata pwes itigil na niya dahil unti unti lang akong umaasa na mahal niya pa rin ako, na babalikan nya parin ako.

Hospital

Umalis na rin naman si Azriel noong gabing iyon, may tumawag sa kanya and I saw the name on it, it's Monica, one call away.

Well yes, alam nya na ngang buntis ako pero parang wala namang nag bago, he's still my jerk ex husband who always prioritize his mistress over me or over his own child.

Dahan dahan akong humiga sa kama ko, kumapit ang amoy ng pabango nya sa punda ng unan ko then in just one snap, I found myself crying while hugging that pillow, I missed him, I badly missed him.

2 months is not enough for me to get over to our 11 years relationship, I badly want to escape, kung pwede nga lang na pag gising ko ay totally healed na ako at wala na ang sakit na nararamdaman ko ay mas maigi.

Pero hindi ganon, kung baga sa 5 stages of move on nasa first stage palang ako, ni hindi ko pa nga natatanggap na hiwalay na kami.

"I'm sorry." It was Azriel, pilit nyang inaabot ang kamay ko pero pilit syang inilalayo ng hangin sa akin. "I love you." Huling salitang binigkas nya bago sya tuluyang mag laho.

"Azriel!" Sigaw ko pagkabangon, what was that? a nightmare?

Napahawak ako sa puso ko dahil sa bilis ng tibok non, I can't explain this feeling.

"What happened?" Tanong ni mommy bago dali daling lumapit sakin, I held her hand before crying on her chest.

"Ma, pwede bang tawagan mo si Azi?" Kinakabahan ako, tumango siya bago kunin ang cellphone nya at i dial ang number ni Azi doon.

Agad rin naman niyang sinagot nang makatatlong ring na 'yon.

"Hello there." Malanding salubong ng boses ni Monica, taka namang napatingin sakin si Mama, she didn't know anything about her, hindi nya alam na may mistress si Azriel.

"Who's this?" Kunot noong tanong ni mama.

"Azriel's girlfriend, why? teka sino ka ba?" Walang respetong aniya, inis kong inagaw kay mama ang cellphone dahil doon.

"Where's Azi?" Nag titimping tanong ko sa kanya bahagya syang napatawa dahil malamang ay nabosesan nya ang boses ko.

"Hey there, Jade, missed me?" Nang aasar ang tono nya.

"Anong brand ng make up mo? Ang kapal kasi ng mukha mo! Nasaan si Azi?" Pikon na pikon na ako sa babaeng 'to.

"He's taking shower, ah wait lang ah tinatawag nya kasi ako, sabay raw kami. Bye." Mahina pa siyang tumawa bago patayin ang tawag, ang kaninang inis ay napalitan ng panlulumo, bakit nga ba ako nag w-worried about him? panaginip lang naman yon. Bakit ba hindi ko muna isipin ang sarili ko bago si Azi?

Isang linggo ko rin pilit hindi inisip si Azriel after non, tumawag sya sa'kin kahapon at sinabing mag meet raw kami dahil may importante daw syang sasabihin, Nandito ako sa Café ngayon habang hinihintay si Azriel.

Isang oras na rin akong nag aantay at malapit na rin maubos ang pasensya ko.

"Maybe nandyan na rin 'yon mamaya." Pag kumbinsi ko sa sarili ko, baka kasi pag umalis ako ay bigla siyang dumating.

Ngunit kahit anong kumbinsi ang ginawa ko unti-unti paring nauubos ang pasensya ko, ilang oras na akong nag aantay don at nakakatatlong order na rin ako dahil nga nahihiya na ako sa mga tao dito, baka isipin na tumatambay lang ako.

"Darating ka pa ba?" Bulong ko sa hangin, napatingin naman ako sa wrist watch ko, 8pm na, 2pm palang nang dumating ako, bakit nga ba iniisip ko pa na darating pa sya samantalang anim na oras na nga nya akong pinag hihintay eh.

Inis kong kinuha ang sling bag ko bago lumabas ng café, nag hanap ako ng masasakyan pero wala akong makitang taxi, medyo dumidilim na rin at wala akong nakikitang bituin sa langit, ang sabi sakin ni lola pag wala raw bituin e may posibilidad na umulan, wala akong dalang payong kaya kailangan kong mag madali.

Sumasakit na rin ang paa ko kakalakad pero hanggang ngayon ay wala parin akong nakikitang taxi, hindi ko alam pero isa lang ang ipinag darasal ko sa ngayon, iyon ay ang makita si Azriel para makauwi na, siya lang ang tanging mapagkakatiwalaan ko, kahit naman sinira na nya ang tiwala ko e s'ya lang naman ang nagpaparamdam sakin na ligtas ako sa tuwing kasama ko sya.

Naitakip ko ang dalawang kamay ko sa aking tenga nang biglang kumulog ng malakas, siguradong uulan.

Naglakad ako papasok sa isang eskinita kung saan walang tao, dito lang ang tanging daan para makarating ako sa highway.

May natanaw akong taong nakahiga sa gilid ng daan kaya naman nag madali ako sa pag takbo para tulungan 'yon, mukhang nabugbog.

Katawan palang ng taong to ay kilalang kilala ko na, it's Azi.

"Hey, Azi." Pilit kong gising sa kanya, I slap his face not just once para lang magising sya pero wala talaga.

"Azriel, wake up!" Sigaw ko, wala syang malay.

Ipinagpatuloy ko ang paglalakad hanggang sa marating ko ang highway kung saan maraming dumadaan na sasakyan, nag para ako ng taxi at tinuro ang daan papunta sa pwesto ni Azi.

"Kuya help him po." Sabi ko, pinag tulungan naming ipasok si Azriel sa kotse para dalahin sya sa pinaka malapit na Hospital, ano ba kasing ginagawa mo?

"Biruin mo ma'am, kayo ulit." Napalingon ako matapos mag salita nung driver, pilit kong inalala ang mukha nya and yes siya yung driver na nag abot sakin ng tissue noong pauwi ako sa bahay at iyak ako ng iyak dito rin mismo sa taxi nya.

"Boyfriend nyo po?" Tanong nya, umiling ako bilang sagot.

"Ex husband kuya." Sagot ko, napatango tango sya bilang sagot, ramdam ko ang pag bilis ng pagmamaneho nya, nag pasalamat naman ako nang makarating kami sa hospital.

Ginamot nila ang sugat ni Azi, dahil nga he's a doctor here, agad rin siyang inasikaso.

Nakaupo lang ako sa bench habang nag dadasal na maging okay na si Azi, kahit naman galit ako sa kanya e hindi ko rin naman gugustuhin na may masamang mangyari sa kanya.

"Oh my god! Where is my Azriel?" Oa na sigaw ni Monica dito sa Hospital, tinaliman nya ako ng tingin matapos nya akong makita.

"What are you doing here?" Tanong nya, Naglakad siya papalapit sa akin at hinila ang kamay ko dahilan para mapatayo ako.

"Ano ba Monica? Can't you just sit there and wait for Azi?" Inis na sigaw ko sa kanya, what the fuck parehas lang kaming nag aalala.

"Sino ka ba para sigawan ako?" Isang sampal ang natanggap ko mula sa kanya.

"At sino ka rin para sirain ang pamilya ko?" Hindi makapaniwala nya akong hinarap na sana ay hindi niya na lang ginawa dahil agad kong sinalubong ng mag ka sunod na sampal ang mukha nya, halos magulo ang buhok niya dahil sa lakas non.

"Jade." Sabay kaming napalingon matapos makita si Azi na naka wheel chair habang pinapanood kami ni Monica.

"She hurt me." Madramang ani Monica bago lumapit kay Azi, kitang kita ko ang pag talim ng tingin nya bago dahan dahang tumayo sa wheelchair at mahigpit na hawakan ang braso ko.

"Ano ba Azi, nasasaktan ako." Inda ko dahil halos bumaon na ang kuko nya sa higpit non, ngayon nya lang ako nagawang saktan physically.

"Bakit mo sya sinampal? Are you out of your mind? Parang hindi na ikaw si Jade!" Pabato nya akong binitawan dahilan para matumba ako, agad na gumuhit ang sakit sa tiyan ko matapos tumama non sa bench na inupuan ko kanina.

Ako ba talaga ang parang hindi na si Jade? O baka ikaw ang hindi na parang si Azriel?

Agad nya akong nilapitan matapos marealize ang ginawa nya.

"Hey, I'm sorry, I didn't mean to push you nor shout at you." He tried to hold my arm pero hindi ko pinansin ang sinabi nya, napapikit ako dahil sa sakit na nararamdaman ko, hindi lang physically, but mentally durog na durog na ako.

Pinilit kong itayo ang sarili ko at tumakbo palabas ng hospital, narinig ko pa na tinawag nya ako pero hindi ko na sya nilingon.

Alam kong kailangan kong ma check ngayon ng doctor, kailangan ng anak ko pero hindi ko na kaya pang tumagal sa loob knowing na nandoon si Azriel at Monica.

Umiiyak akong nag lalakad dito sa labas ng hospital, halos hindi ko na rin makita ang dinadaanan ko dahil unti unti nang lumalabo ang paningin ko dahil sa sunod sunod na pag tulo ng luha ko.

"Why did you have to do this to me Azriel? Nasaan na ang mga ipinangako mo? Ni minsan hindi ko naisip na someday you'll broke your vows kasi Azi, everything's perfect naman eh." Hagulgol ko habang patuloy lang sa pag lakad, ang tanging nasa isip ko lang ngayon ay ang makalayo sa lugar na to, ang makalayo kay Azi.

"Azi mahal mo naman ako hindi ba? Minahal mo naman ako 'di ba?" Patuloy ko, hindi na ako nag sayang ng oras na punasan pa ang luha ko dahil umuulan na rin naman, much better, I can hide my tears.

"You promised me everything pero lahat ng iyon nawala ng isang iglap lang, Azi miss na miss na kita.. miss na miss ko na ang Azriel na minahal ko, tangina Azi ano bang kasalanan ko?" Ramdam ko na mas lalong lumalakas ang hilo ko but I can't do anything, patuloy lang ako sa paglalakad hoping na may makita akong masisilungan kahit nasa gitna ako ng daan.

"Azriel minahal lang naman kita.. bakit ang sakit sakit mong mahalin." Huling salitang nabitawan ko bago ako tuluyang lamunin ng dilim, isang malakas na busina ang narinig ko bago ko maramdaman ang matigas na bagay na tumama sa katawan ko dahilan para tuluyan akong mawalan ng malay.

God please save my baby..

Masakit ang katawan ko, hindi ko rin masyadong maigalaw ang mga paa ko, isang liwanag ang gumising sa akin at bumungad sa akin ang mga doctor na halatang hinihintay rin ang pag gising ko.

"Teka nasaan ako?" Biglang tayo ko dahilan para mas lalo kong maramdaman ang sakit ng likod ko, napahawak ako sa ulo ko habang inaalala ang mga pangyayari.

May ex husband akong cheater at may girlfriend siyang ahas, nalaglagan ako ng anak at buntis.. teka.

"Ang anak ko? Nasaan ang baby ko?" Dahan dahan akong napatingin sa tiyan ko, no, please tell me. Dalawa pa kami ngayon.

"Calm down nga Jade! Dadagdagan ko 'yang sugat mo sa katawan e!" Sabi ng kung sino kaya naman napalingon ako, sino to?

"Bakit alam mo ang pangalan ko?" Takang tanong ko habang pilit na inaalala kung sino sya.

Kinindatan nya ako dahilan para makaramdam ako ng konting inis, teka nga, s'ya ba yung kindat ng kindat noong high school?

"Laurence?" Gulat na tanong ko, tinawanan nya ako bago tumango tango, mahina rin akong napatawa matapos maalala ang isang to, uhugin lang to noong high school eh.

Bahagya pa akong napahawak sa ulo ko nang sumakit yon.

"Wag ka kasi munang tumawa, well mag pasalamat ka na ako ang nakabangga sayo at nabigyan ko ng unang lunas ang anak mo kung hindi baka parehas na kayong wala ngayon." Matalim ko syang tinignan dahil don, igagalaw ko sana ang paa ko para sipain sya pero ako lang rin ang nasasaktan.

"Dapat ba akong mag pa salamat na binangga mo ako?" Pikon na tanong ko sa kanya, inilagay nya ang kamay nya sa pagitan ng kilay ko bago paghiwalayin yon.

"Easy, s'ya nga pala, kumusta na kayo ni Azriel? Tagal nyo na ah! Ninong ako ah." Tinaas taasan nya pa ako ng kilay pero agad ko lang rin iniwas ang paningin ko.

Iniisip ko kung dapat ko bang sabihin sa kanya kung ano talaga ang nangyari samin ni Azi pero nagdadalawang isip rin ako na huwag na lang dahil hindi naman na dapat pang ishine-share ang ganitong problema.

"Ayos ka lang?" Tanong nya, pilit akong ngumiti bago tumango.

"I'm fine, Rence." Sagot ko, mukhang naniwala naman s'ya kaya hindi na ako nag salita pa.

Well paano nga kung hindi si Laurence ang nakabangga sa akin? Buhay pa kaya ako? Buhay pa kaya ang anak ko?

Napailing nalang ako dahil sa iniisip ko, bakit ba ako nag iisip ng ganito?

My life is full of darkness without Azi pero may bright side naman na binigyan n'ya ako ng anghel bago kami tuluyang mag hiwalay, hindi parin ako naiwang mag isa.

"Who said you're fine? Of course you're not, look you're crying." Napatingin ako sa kanya nang mag salita s'ya, dahan dahan kong pinunas ang luhang tumutulo sa pisngi ko.

"Malamang masakit ang katawan ko, ikaw kaya ang banggain ko!" Sigaw ko sa kanya, tinawanan nya lang ako hanggang sa mapagod sya.

Well, that's Laurence, a man who loves to laugh.

Ilang araw pa akong nanatili dito sa Hospital, alam na rin ni mommy na nandito ako kaya naman halos hindi na sya umalis sa tabi ko

Kasalukuyan syang nakahiga sa tabi ko nasa tabi naman nya ang cellphone nya; pasimple ko iyong kinuha bago dumeretso sa contacts nya.

I removed Azriel's number on her phone ganoon rin sakin, siguro nga ay kailangan ko na mag move on, hindi ako pwedeng magpakalunod sa lungkot.

Mag simula ka ulit Jade, kahit hindi na para sa sarili mo kundi para sa anak mo.

Napangiti ako bago haplusin ang tyan ko, medyo may nararamdaman na rin akong pag laki pero hindi pa naman ganoon kahalata, well sa malapitan siguro oo pero pag sa malayo naman ay parang normal parin ang tyan ko.

Napalingon ako nang mag bukas ang pinto at iniluwa non si Laurence, akala mo palaging walang trabaho dahil palagi syang nakatambay dito sa kwarto ko.

"Anong dala mo?" Tanong ko, tinaasan nya ako ng kilay bago ilapag ang mga dala nya, sa tingin ko ay lunch dahil mag tatanghali na rin.

"Kay tita lang 'to." Sagot nya, dahan dahan nyang ginising si mama bago iabot sa kanya iyong container na may lamang pagkain.

"Rence naman." Napalingon sya sakin dahil don, saglit siyang lumabas then pagbalik niya may dala na syang hospital food.

"Ano 'yan?" Tanong ko, kinuha nya ang lamesa bago itabi yon sa kama ko, tinignan ko naman yung pagkain, ang putla halatang walang lasa.

"Hospital food ang kakainin mo." Sabi nya habang hinahanda ang kakainin ko, napairap nalang ako dahil mukhang wala akong choice. Seryoso rin sya sa pagkakasabi non.

Nakatingin ako sa kanilang dalawa dahil parang iniingit pa nila ako sa kinakain nila, seriously? halos isang linggo na akong kumakain ng ganito wala bang cheat day?

Naalala ko noong unang beses akong na hospital, ganitong ganito ang ginawa sa akin ni Azriel noon.

"Ayoko nga nito love, ganyan nalang rin ang kakainin ko." Akala ko ay papayag sya pero inilingan nya lang ako.

"Azi, hindi naman ako sanay ng ganito e. Ito kaya ang ayoko sa Hospital." Pag iinarte ko pa, inirapan nya lang ako bago itapat ang kutsara sa bibig ko.

"Eat." He ordered, pilit kong ibinuka ang bibig ko dahil hindi naman ako titigilan nito hangga't hindi ko kinakain ang Hospital food na to.

"Drink this one then we'll go home na, I'll cook for you." Kinagat ko ang ibabang labi ko to stop myself from smiling, agad kong ininom yung gamot para makauwi na kami agad.

Mapait akong napangiti matapos maalala iyon, lahat ng masasayang ala-ala na mananatili nalang ala-ala.

"Eat." Napabalik ako sa ulirat matapos marinig yon.

"Ha?" Tanong ko kay Laurence.

"Eat this, lumalamig na." Napatingin naman ako sa kutsarang nasa harapan ko, susubuan nya ba ako?

Ibinaba ko ang kutsara bago tumango, nginitian nya naman ako bago guluhin ang buhok ko. Agad rin syang tumayo bago lumabas dahil may pasyente pa s'ya.

Ni-lock ko ang pinto pag labas ni Mama at Laurence pero hindi pa ako tuluyang nakakalayo nang may kumatok nanaman.

"May naiwan ka, Rence?" Tanong ko pagka bukas ng pinto, nanlaki ang mata ko matapos makita si Azi doon instead of Rence.

"Azi." Gulat na sabi ko habang umaatras. Paano niya nalaman na nandito ako?

"How are you?" Worried na tanong nya, I look at his teary eyes, bakit sya umiiyak?

"Azriel paano mo nalaman na nandito ako?" Tanong ko, hindi na nag abalang sagutin pa ang tanong n'ya.

"Let's talk." Pilit nyang inaabot ang balikat ko pero inilalayo ko lang 'yon sa kanya.

"Azi wala na tayong dapat pag usapan, just answer my question anong ginagawa mo dito?" Hindi ko alam kung bakit nadadala ako ng mga luha nya, pati tuloy ako ay naiiyak na. Wala ba syang ibang gagawin kundi ang paiyakin ako?

"I have something to tell you, please come home." Pagmamakaawa nya, umiling ako bago diinan ang hawak sa door knob.

"Huwag ka nang babalik dito Azi, tapos na rin naman tayo so this time hindi kita kailangan." Pilit kong isinara ang pinto, doon tuluyang lumabas ang luha sa mga mata nya, I saw the sadness on it pero hindi ko dapat siyang kaawaan.

Tuluyan kong naisara ang pinto, pakiramdam ko ay nanghihina ako kaya naman hindi ko napigilan ang mapasandal sa pintuan.

Doon ko inilabas ang luhang hindi ko maipakita kay Azi, we're done, I'm done Azriel.

Hindi na rin masyadong masakit ang katawan ko dahil hindi naman ako totally nabangga ni Laurence, nadali lang ako ng sasakyan n'ya and talaga namang nahimatay ako sa daan noong time na 'yon so it's not his fault.

"Nakatulala ka nanaman, ilang linggo na kitang nakikitang tulala. Ano bang iniisip mo?" Tanong ni Laurence habang chinecheck and heart beat ko.

"Wala to, gutom lang." Pagsisinungaling ko, tumango tango s'ya bago iligpit ang gamit nya.

"May gusto ka bang kainin? Nasaan nga pala ang asawa mo? Mag dadalawang linggo kana dito pero hindi ko parin sya nakikitang dumalaw." Takang tanong nya, mapait akong napangiti bago sagutin ang tanong nya.

"Ganito kasi yon Laurence, wala na kami ni Azi." Pag amin ko sa kanya, kita ko ang pag daan ng gulat sa mga mata nya.

"Sorry naipaalala ko pa," dahan dahan nyang ibinaba ang tingin sa tyan ko. "E, paano ang anak nyo? Jade alam niya ba?" Tanong nya, I nodded as answer, kinuha ko ang contraceptive pill sa bag ko bago ipakita yon sa kanya.

"You gotta be kiddin'me, give that trash to me, Jade." Natawa naman ako dahil sa reaksyon nya, ibinato ko yon sa kanya na sya rin namang sinambot nya.

"I'll always watch you, Jade." Seryosong sabi nya, inirapan ko sya bago kuhanin ang cellphone ko.

Nanlaki ang mata ko matapos makita na ang daming messages doon from Azi. Kahit na niremove ko na ang contact niya sa phone ko ay alam ko pa rin na siya 'to dahil kabisado ko ang phone number niya.

Binuksan ko yon at isa isang binasa.

'let's just talk please'

'love'

'I'm sorry'

'jade, I'm so sorry for hurting you, but I can't hurt my parents too, I'm sorry. I love you'

Napako ang tingin ko sa huling mensahe nya, anong ibig sabihin nito?

Dandelion

Hindi ko pinansin ang message nya, wala rin akong balak mag reply sa kasinungalingan nya. Ilang beses na siyang nag sinungaling sa akin, ang hirap na mag tiwala pa ulit.

Ako lang rin naman yung nasasaktan.

"Pwede ka na raw makalabas bukas." Napalingon ako nang nag salita si Laurence, nandito pa pala s'ya.

Tinanguan ko nalang sya bilang sagot, inaantok ako at parang gusto ko lang matulog ng matulog.

"Bumalik kana sa trabaho mo, I'll sleep muna." Humikab pa ako pagkatapos sabihin 'yon, kinumutan ako ni Laurence bago sya tuluyang lumabas ng kwarto.

"Love." Unti unti kong iminulat ang paningin ko matapos marinig yon.

"Azi?" Nanlalabo ang paningin ko at hindi ko masyadong maaninag ang mukha nya.

"Binabangungot ata ako," Sabi ko, mahina s'yang tumawa bago tumango.

"Magandang bangungot." He's crying, inabot ko ang mukha nya bago punasan ang luhang tumutulo don using my thumb.

"Kung panaginip to, pwede ko naman sigurong sabihin dito lahat ng hindi ko masabi tuwing gising ako." He just nodded again as answer.

"Ang tagal na rin pala simula noong huling naging masaya tayo 'no? Kung hindi kaya nawala si Luke siguro ay isang taon na sya ngayon, siguro masaya pa rin tayo ngayon." Nakita ko ang pag iwas ng tingin nya.

"Siguro ay tinuturuan na natin sya mag lakad, mag salita. Tangina Azriel ano bang meron kay Monica na wala sakin?"

"Bakit sa kabila ng lahat ng pinagdaanan natin ay siya pa rin ang pinili mo? Meron ba siyang kayang ibigay na hindi ko kaya?" I added. "O baka naman talagang siya na ang mahal mo at hindi na ako, Azriel?"

"Anak, gising." Nagising ako matapos kong marinig ang boses ni mama, napahawak ako sa mukha ko dahil may tumutulo na ring luha doon.

"Dream, it's just a dream." Hinihingal na sabi ko, it's him again.

"Napanaginipan mo nanaman? Anak bakit ba kasi kayo nag divorce? Maayos naman kayo hindi ba? May problema ba kayo na hindi mo sinasabi sakin?" Takang tanong nya. "Hindi ko kasi maintindihan, responsable si Azriel at alam kong hindi sya makikipag divorce ng ganon ganon lang." Dagdag nya, tumango ako bilang sagot.

"He cheated." Sagot ko parang hindi pa nag process sa utak ni mama 'yon. "He cheated and his mistress is the one who killed our son." Doon ako tuluyang napayakap sa kanya.

Nilibot ko ang paningin sa buong bahay, nakauwi na kami.

"Ma'am ako na ho." Sabi ni manang Janice, nginitian ko sya bago iabot ang gamit ko.

"Manang paki akyat nalang po sa kwarto ko." Nginitian nya ako bago iakyat ang gamit ko sa kwarto, dumeretso ako sa likod ng bahay kung nasaan ang Pool Area.

Ini lublob ko ang paa ko sa tubig habang pinagmamasdan ang kalmadong langit, napangiti ako matapos makakita ng maliit na dandelion na tumutubo sa gilid ng swimming pool.

"Paano ka nakatubo dito?" Pag kausap ko don na animo'y maiintindihan ako at sasagot ito sa tanong ko, natawa ako dahil sa ginagawa ko. Nababaliw na ata ako.

Dahan dahan kong hinigit yon at pinag masdan habang nasa kamay ko.

May ugat pa yon pero hinayaan ko nalang.

Napatingin ako sa dulo non kung saan unti unti ng nawawalan ng buhay 'yon, inilipat ko ang paningin ko sa lupa kung saan ko binunot yon, parang may kulang na.

Parehas nakaapekto sa kanila ang pag hiwalay nila sa isa't isa, parang kami ni Azi, well siguro sa akin lang nakaapekto kasi agad rin namang may pumalit sa pwesto ko.

Huminga ako ng malalim bago ibalik ang malapit na malantang dandelion sa lupa, itinanim ko ulit hoping na mabuhay pa since may ugat pa naman.

Ilang minuto ko pang dinama ang hangin bago mag decide na pumasok pabalik sa loob.

What if kausapin ko sya? Closure so I can give myself a chance to start a new life without him.

Lumapit ako sa sketch na dine-design ko noong nakaraan, umupo ako sa upuan bago mag simula na ulit sa pagtatrabaho.

Ilang oras na rin akong nakaupo sa working table ko, napadukdok ako sa lamesa dahil walang pumapasok na design sa isip ko.

"Azriel lumayas ka muna sa utak ko, please kahit ngayon lang." Iritang sabi ko sa hangin, hindi ako makapag trabaho.

Inilipat ko sa ibang pahina yung sketch pad hoping na may makita akong magandang design na pwede ko ring gamitin dito sa kasalukuyang dine-design ko pero agad rin akong napatigil matapos kong makita ang mukha ni Azriel doon.

Inis kong pinunit yon at nilukot bago itapon sa basurahan.

"Kailan ka ba aalis sa isip ko." Stressed na sabi ko, napalingon ako nang nag ring ang cellphone ko, hindi ko alam kung saan ako titingin dahil nandito sa lamesa ko ang wedding ring at engagement ring na alam kong naiabot ko na kay Azriel, iniwan nya?

I answer his call, it's Laurence as I expected.

"Saan masarap kumain?" Agad na bungad nya pagka sagot ko sa tawag.

"Bakit? Gutom ka? Hospital food nalang kainin mo." Sarcastic na sabi ko, mahina syang tumawa dahil bakas ang inis sa boses ko.

"I'll pick you up, lutuan kita para makalimutan mo na ang lasa ng Hospital food." Sagot nya, itinaas ko naman ang kilay ko kahit hindi naman nya nakikita.

"Wala namang lasa so anong kakalimutan ko? Well, Marunong ka mag luto?" Taas kilay na tanong ko.

"Malamang, wag nang maraming tanong." Magsasalita pa sana ako pero agad na nyang pinatay ang tawag.

Bastos.

AZRIEL'S POV

"Saan ka pupunta?" Napatigil ako nang mag salita si Monica.

"Business." Simpleng sagot ko, tinaasan nya ako ng kilay bago humarang sa dadaanan ko.

"Business o kay Jade?" Inis na tanong nya, hindi ko nalang sya pinansin dahil ayoko muna ng away.

"Monica, aalis na ako." Kalmadong sabi ko pero hindi pa rin sya umalis, nag lakad sya palapit sakin bago ako hilahin pabalik sa taas.

"Ano ba Monica!? I'm late, how many times do I need to tell you na business transaction ang pupuntahan ko? You're being paranoid." Inis na sabi ko sa kanya.

"I know kay Jade ka pupunta, I'll tell this to y…"

"Sige, sabihin mo para tuluyan na talaga akong bumalik sa mag ina ko." Putol ko sa sasabihin nya, hindi ko na sya pinansin bago lumabas ng bahay.

"I'm sorry, please don't leave me." Sinundan nya ako palabas, kumapit siya sa kamay ko para pigilan ako sa pag alis.

"Bumalik kana sa loob Monica." Nagtitimping sagot ko bago alisin ang pagkakahawak niya sa kamay ko.

"No, let's fix this."

"Let's fix this later but for now, bumalik kana sa loob, late na ako." Sabi ko bago tuluyang pumasok sa sasakyan ko.

This is not the life I've dreamed about.

Kasalukuyan ako nag d-drive nang may nakita akong dalawang taong nakasukob sa isang jacket, I know her pero hindi ko makilala yung lalaki, hindi ko rin mamukhaan dahil bahagyang nakatagilid ito. Pero yung babae, I know it's Jade, she seems so happy. I just smile bitterly while looking at them.

"It's not a dream, Jade." Sabi ko bago mag patuloy sa pagmamaneho.

Nag punta talaga ako sa Hospital nung mga oras na yon, tinanong nya kung bangungot ba and I just said yes para hindi nya ako ipag tabuyan, I know she's in deep hurt but I can't do anything about it.

Umuwi ako sa bahay dahil kasama ko ang parents ko sa Business transaction na 'to.

"Mom, Dad." Yumakap ako sa kanila pag pasok ko sa loob ng bahay.

"How's Jade?" Nag aalalang tanong ni mama.

"She's fine, don't worry." Pag papagaan ko sa loob nya.

Pare parehas lang kaming naiipit dito.

"Let's go, late na tayo sa flight." Tinulungan ko silang dalhin ang gamit nila bago kami tuluyang umalis sa bahay.

I'll fix this.

JADE'S POV

"Saan ba tayo pupunta? Mukhang uulan oh." Sabi ko habang binubuksan ang gate.

"Dyan nalang tayo sa unit ko, dyan lang rin sa malapit na condo." Inalalayan nya ako sa pagbaba ng hagdan bago kami sabay na naglakad papunta sa condo unit nya.

Hindi sya naubusan ng jokes habang naglalakad kami, medyo corny pero nakakatawa naman ang tawa nya kaya nahahawa na rin ako.

"Laurence mas lalong dumidilim oh." Sabi ko habang nakatingin sa langit.

Hinubad nya ang jacket nya at ipinasuot yon sakin. "Just in case." Nginiwian ko sya pero hindi pa kami tuluyang nakakalayo ng biglang bumuhos ang malakas na ulan.

"Sinasabi ko sayo Rence e." Sabi ko bago hubarin ang jacket at isukob kami parehas doon.

"Tumakbo ka na Rence parehas tayong mababasa rito kung sasamahan mo ko mag lakad." Taboy ko sa kanya pero hindi niya ako iniwan, siya ang humawak ng jacket habang mabilis kaming nag lalakad, hindi ako pwedeng tumakbo that's why maiiwan ako pag tumakbo si Laurence.

Sabay sabay na huminto ang mga sasakyan, hindi ko alam kung namalik mata lang ba ako dahil nakita ko ang sasakyan ni Azi, hindi ko na yon pinansin dahil nababasa na kami.

Inabutan ako ni Laurence ng shirt and pants, sa ex girlfriend nya raw ito, ireregalo nya raw sana kaso nakipag break 'yon sa kanya.

"Thanks." Dumeretso ako sa banyo at doon nag palit ng damit dahil basang basa na rin ako, saktong paglabas ko naman ay nagpupunas na ng buhok si Laurence at halatang kakapalit lang rin ng damit.

"Anong gusto mong kainin?" Tanong nya.

"Adobo." Nakangiting sagot ko, pinaupo nya ako sa sofa habang nagluluto sya.

Nanonood lang ako ng Netflix hanggang sa matapos siyang mag luto, naghain na rin siya pagkatapos.

"Let's eat." He leads the prayer, nakatingin lang ako sa kanya the whole time na nag darasal sya.

"Amen." Napapikit ako matapos marinig yon.

Sinandukan nya ako ng pagkain kaya naman agad ko 'yong tinikman.

Bakit parang parehas ng lasa nung luto ni Azriel? Tinikman ko pa 'yon ng isang beses at parehong pareho talaga ng lasa.

"Saan ka natuto mag luto ng adobo?" Tanong ko, tinapos nya ang pag nguya bago sagutin ang tanong ko.

"Sa asawa mo." Muntik na akong mabulunan pagkatapos niyang sabihin 'yon, kaya naman pala.

"Masarap naman diba?" Parang aalinlangan pang sagot nya, peke akong ngumiti bago tumango tango.

"Masarap nga, masarap." Awkward na sagot ko.

"Ako na ang mag huhugas." Tumayo na ako pagkatapos kumain, papunta na ako sa kusina pero agad rin akong pinigilan ni Laurence.

"Ako na Jade, since ako naman ang nag papunta sayo dito. Just relax." Sabi nya bago agawin ang plato sakin, hindi na ako sumagot.

Umikot ako sa unit nya, malinis naman. May dalawang kwarto at sa malamang ay bedroom yung isa, nabaling ang tingin ko sa isang kwarto.

Dahan dahan akong nag lakad papunta don, sinulyapan ko pa ng tingin si Laurence bago ako tuluyang pumasok sa loob.

I think this is Library, puro libro at may mahaba ring shelves sa gitna.

Since he's a doctor puro about sa Med ang librong nandito.

Dumeretso ako sa isang office table, based sa nakikita ko ay working place nya to. Malamang dito sya nagbabasa at nag ta-trabaho.

May nakita akong litrato sa lamesa nya, lalapit na sana ako don pero agad akong napatigil nang tawagin nya ako.

"Sandali." Sigaw ko bago dali-daling lumabas.

"Saan ka galing?" Tanong niya habang nagpupunas ng kamay, tapos na rin sya mag hugas.

"Nag cr lang." Pagsisinungaling ko, tumango lang sya bago pumasok sa kwarto nya. Napatingin ako sa taas ng pinto nung kwartong pinasukan ko, napasapo nalang ako matapos makita ang isang cctv don. Not a good liar Jade.

Lumapit ako sa cctv bago mag peace sign doon bilang paghingi ng tawad dahil sa pag pasok ko ng walang pasabi.

Muli kong naalala yung litrato kanina, buhok lang ang nakita ko and nakakasigurado ako na buhok namin ni Azi yon, pero bakit naman niya kukuhanin ang picture namin?

Umiling iling ako bago bumalik sa couch, bakit ba ako nag o-overthink?

Ilang oras pa akong nag tagal doon, inantay ko pa kasing tumila ang ulan. Hinatid rin ako ni Laurence pagka tila.

Napalingon ako sa cellphone ko nang may biglang pumasok na notification don.

Kasalukuyan akong nakahiga sa kama ko, inabot ko ang cellphone para tingnan kung ano iyon.

'Azriel posted a new photo.'

Pinindot ko yon at bumungad sakin ang picture nya with his parents, sa tingin ko ay sa Paris ito.

I zoomed in on the photo, I touched his mom's face.

I'm so lucky dahil naranasan ko na maging mother-in-law ang mom nya, she's so sweet a good hearted woman, well his dad is a good hearted too pero hindi rin kami ganoon ka close dahil nga busy ito at minsan lang rin kami mag kita.

Cutting connection with him doesn't mean that I need to cut my connection with his parents.

Ilalapag ko na sana ang cellphone ko nang biglang mag ring yon, it's Azriel's number.

"Hello?" Sagot ko sa tawag.

"Jade, thank you for answering my call." Bungad nya.

"May sasabihin ka?" I said straight to the point, malapit na rin mag 12, bakit siya tatawag ng ganitong oras?

"How's our ba-"

"My, baby." Putol ko sa kanya. "Kung tumawag ka para tanungin kung kumusta ang anak ko, don't worry. I can take care of it." Papatayin ko na sana ang tawag pero nag salita pa sya.

"Let's meet, tomorrow sa condo natin, I'll wait. Good night." Sabi nya bago patayin ang tawag.

Taka akong napatingin sa cellphone ko dahil doon, manghihingi na ba siya ng closure? Sasabihin na ba niya kung bakit nagawa niya akong iwan at ipagpalit ng ganon ganon nalang? Sasabihin na ba niya ang dahilan kung bakit nya ako hiniwalayan?

Mahina akong napatawa bago punasan ang mga luhang nagbabadya nanamang tumulo sa mga pisngi ko.

Ilang beses ko nang sinabi sa sarili ko na hindi na ako iiyak pero ang hirap pa rin pala, ang sakit pa rin pala.

Kahit na minsan hindi ko naisip na mauuwi sa divorce iyong simpleng away namin dati kasi na ayos pa rin naman namin then nagising nalang ako isang araw na wala na, na tinatapos na nya, na humihiling na sya na pakawalan ko sya.

Ang saya saya namin dati kaya hindi ko man lang napaghandaan ang araw na maghihiwalay kami, hindi ko naiimagine dati na gumising ng hindi siya kasama, na mabuhay ulit ng wala sya pero look at me now, mag isa at patuloy na hinahanda ang sarili sa mga susunod pang araw.

Huminga ako ng malalim bago punasan ang luha ko, hinimas ko ang tyan ko habang wala paring tigil sa pag labas ang luha ko, gusto kong iiyak lahat ngayon para isahang sakit na lang, para isahang iyak nalang, mapapagod rin ang luha ko pero sa ngayon hayaan nyo muna akong namnamin ang sakit hanggang sa ako nalang rin ang mapagod.

Azriel for the hundredth time, I want to ask you again.

Where did we go wrong?

Maaga akong nagising dahil sa tunog ng alarm clock ko, nag set ako kagabi and hindi ko malaman kung bakit, dumeretso ako sa salamin para tingnan ang sarili ko.

Mugto ang mata ko dahil sa walang tigil na pag iyak ko kagabi.

Huminga ako ng malalim bago mag punta sa banyo, this is it Jade.

Nang matapos akong mag ayos ay agad akong pumasok sa loob ng kotse ko, ilang minuto pa akong nag tagal don bago tuluyang paandarin ang sasakyan.

Nag simple make up lang ako para maitago ang mugtong mata ko, hanggang ngayon kasi ay halata parin. Ilang oras ba akong umiyak kagabi?

Pinagmamasdan ko ang mga punong sumasayaw kasabay ng malakas na hangin.

Ano kayang itatanong ko sa kanya mamaya?

Tsk isa lang naman ang gusto kong malaman.

Dahan dahan kong ipinark ang kotse sa Parking Area ng condo kung nasaan si Azriel.

Ilang beses pa akong huminga ng malalim bago tuluyang pumasok sa loob.

Kakatok na sana ako pero parang ayaw ng katawan ko, parang may iba, kusa rin namang nag bukas yon, napatigil ako matapos makita si Monica at Azriel.

Walang pang itaas si Azi ganon rin si Monica, tanging sports bra lang ang nakapatong sa katawan nya.

Nanlaki ang mata ko matapos halikan ni Monica si Azriel sa harapan ko, wala sa sariling napasinghal ako.

Akmang tatalikod na sana ako pero agad na hinawakan ni Azriel ang balikat ko para pigilan ako sa pag alis.

"Dahil ba dito kaya ka nakipag kita?" Tanong ko trying to hold my tears.

"No.."

Agad ko syang hinampas bago paulanan ng sampal hindi lang sa mukha, I slap him not just once pero hindi pa rin nawawala ang sakit na nararamdaman ko, kakasabi ko lang na last na iyak na yung kagabi pero bakit naman ganito?

"Tangina Azriel oo na nga e! Malinaw na sakin na mas mahal mo si Monica pero may nararamdaman rin ako! Azi nasasaktan rin ako ano bang hindi malinaw sayo don? Kung pinapunta mo ako dito para saktan ulit edi tara." Agad ko silang hinila papasok sa loob ng kwarto.

"Jade.." He tried to stop me pero hindi ako nagpa tigil.

"Mag sex kayo sa harap ko para isahang sakit nalang! Para sagaran na Azriel kasi hindi nauubos yung sakit eh! Ano bang ginawa ko para gaguhin nyo ko!" Napaupo ako sa sahig dahil sa sobrang sakit ng nararamdaman ko ngayon.

Kita ko na napasabunot si Azriel sa sarili nya pero wala akong nakikitang guilt sa mga mata ni Monica.

Agad akong tumayo matapos 'kong mahimasmasan.

Iyong lahat ng tanong ko kanina e parang umurong, walang kahit na anong tanong na gustong lumabas sa bibig ko ngayon.

"Nice Monica, you won." I tap her shoulder bago ako tuluyang umalis, nakita ko pa ang pag sunod ni Azriel pero hindi ko na sya pinansin.

Ramdam ko na nakasunod sakin si Azriel kaya naman mas binilisan ko pa sa pagmamaneho.

Mabilis kong ni lock ang gate nang makarating ako sa bahay.

"Jade, anong nangyari? Bakit ka umiiyak?" Tanong ni mommy, pinilit kong patigilin ang sarili ko sa pag luha bago mag salita.

"Ma, pag nag doorbell si Azi pakisabihan nalang yung mga katulong na huwag pag buksan ah, magpapahinga na ako ma." Hirap na hirap na sabi ko.

"Ano bang sinasabi mo Jade?" Naluluha na ring tanong nya.

"Ma ayoko na, hirap na hirap na ako, how can I continue tomorrow without him? Ma hindi sa nagiging marupok ako pero ang hirap lang talaga mag move on without knowing the real reason kung bakit nagkaganito?" I cried harder in front of her, napansin kong pinapaalis nya 'yung mga dadaan sanang katulong.

"Just go to your room, Jade. Rest, just rest." Hinatid niya ako sa loob ng kwarto ko, hindi ko alam kung ilang oras ba akong tulala at hindi makapag isip ng ayos.

"Hi there little angel.." pag iyak ko habang kinakausap ang anak ko sa aking sinapupunan.

"I'm so sorry but I think hindi mo na masisilayan ang ganda ng mundo." I don't know why I am saying this.

"I'm so sorry kung nadadamay ka pa sa problema namin ng daddy mo." Napalingon ako sa mini table ko bago kunin ang cutter don.

"I'm so sorry baby." Hihiwain ko na sana ang pulsuhan ko pero biglang bumukas ang pinto dahilan para mapabalik ako sa ulirat, napatingin ako sa cutter na nasa kamay ko at agad iyong nabitawan.

Anong binabalak mo Jade?

"Please Jade, don't do that." Pagmamakaawa ni mama habang nakayakap sa akin, madiin akong napapikit bago tumango.

"Mama nawawala ako sa sarili ko, hindi ko alam kung paano." Sagot ko, she kissed my hair, ramdam ko ang tumutulong likido mula sa kanya.

"Jade, wag mo akong iwan okay? Wag mo kaming iwan ng tito Fred mo." Iyak nya, I hug her tight bago tumango.

"Mom hindi ko na kayang tumagal sa lugar kung saan malapit kay Azriel, parang unti unti akong pinapatay sa tuwing nakikita ko silang mag kasama ni Monica, ma gusto ko munang lumayo." Pag iyak ko sa kanya.

"Where? Sinong makakasama mo?" Tanong nya.

"May kaibigan po ako and he's a Doctor too, he can take care of me." I said without saying Laurence's name.

"Nakausap ko ang asawa mo." Napatigil ako dahil sa sinabi ni mama.

"Ayaw mo ba silang ipa-demanda?" Tanong nya.

"Ma wag na, para saan pa? Let him live the best life we dreamed."

"Paano ka?"

"Hindi ba ma ang sabi nga sa kanta, Acceptance is the key to be, to be truly free. Ma magiging okay din ako hindi ngayon pero alam ko magiging okay din ako and pag dumating ang oras na yon, I'm sure that I can live on my own dream too, iyong wala na sya, yung kaya ko na mag isa." She hugged me again bago sya tuluyang lumabas ng kwarto ko.

I want to start a new chapter without him, without crying, without pain.

Kasalukuyan akong nag aayos ng maleta ko, bakit nga ba naisip ko na sa ibang bansa kami mag pakasal ni Azriel? mas napabilis tuloy ang pag asikaso ng divorce papers namin, well kung dito kami sa pilipinas nagpakasal ay may Annulment pa rin na mangyayari, maghihiwalay pa rin kami.

"Anak, ready ka na ba?" Tanong ni tito Fred, sya ang makakasama namin sa pag byahe pero agad rin siyang babalik dito pilipinas para samahan si Mama, by the way he's my stepfather.

"Nandyan na yung kaibigan mo sa baba, take your time Jade, maaga pa naman." Sabi nya bago isarado ulit ang pinto, kinabisado ko ang itsura ng kwarto ko, babalik pa naman kami pero iyon ang hindi ko alam kung kailan.

Well sapilitan pa nga noong pinakiusapan ko si Laurence na samahan ako sa ibang bansa, sya lang ang mapagkakatiwalaan ko na sumama sa akin.

Ayaw pa nga nya nung una dahil may trabaho daw sya pero napilit ko parin naman, babalik na lang daw siya sa trabaho niya doon sa bansang pupuntahan namin.

Huminga ako ng malalim bago ilagay sa locked cabinet ang wedding at engagement ring namin ni Azi, hindi ko 'yon kayang itapon dahil pinapahalagahan ko pa rin naman ang mga memories na nakatago doon.

Kahapon na punta dito si Monica para mang gulo, nag ka abutan pa nga sila ni Laurence, pansin ko rin na nagulat silang makita ang isa't isa pero hindi ko na yon pinansin, well tinulungan naman ako ni Laurence na paalisin si Monica pero may napansin akong USB na nakakalat sa sahig kung saan may pangalan ni Monica, agad ko 'yong kinuha at tinago dahil baka maitapon pa ng mga katulong.

"Let's go?" Tanong ni Laurence, tinulungan niya ako sa pagdadala ng gamit ko papunta sa kotse, naging tahimik lang ang byahe, walang nag salita at tanging balita lang ang bumubuhay ng ingay sa paligid.

Napahiga ako sa kama matapos naming makarating dito sa bahay namin sa Mexico this is my childhood home, dito ako pinalaki ni mama mag isa without my dad, dito nya rin nakilala si tito Fred na naging stepfather ko nga.

"Jade naipaliwanag ko na sa katulong ang mga dapat nilang gawin, paano ba yan? aalis na ako at baka namimiss na ako ng mama mo." Pag bibiro nya, mahina akong tumawa bago tumango bilang sagot.

Hindi ko napansin na nakatulog na pala ako, dala na rin siguro ng pagod, nagising ako dahil sa walang tigil na pag ring ng cellphone ko.

"Hello, this is Monica." Kalmadong sabi nya, teka nakakapanibago naman.

"Why?" Tanong ko.

"Have you seen the USB?" Kabadong tanong nya, inilayo ko ang cellphone bago mahinang tumawa.

"Hindi."

Agad kong pinatay ang tawag, ano nga bang meron sa USB na naiwan nya? Ibinaling ko ang tingin sa bag ko kung nasaan ang USB.

"Gaano ka kaya ka importante kay Monica?" Tanong ko sa USB bago isaksak yon sa laptop.

Xaviara

Napahawak ako sa bibig ko matapos panoorin yon, hindi na rin matigil sa pag tulo ang luha ko, teka kaya ba nabura ang footage na to?

Agad kong sinarado ang laptop bago sumandal sa upuan ko.

Kaya ba ang lakas ng loob nya nung mga panahon na 'yon?

Kitang kita ang lahat ng pangyayari, malinaw at walang cut. Is this a sign na dapat ko nang ituloy ang demanda?

Agad akong gumawa ng copy nung footage at inilagay yon sa laptop ko, itinago ko ang USB sa lugar kung saan madali kong makukuha 'yon.

"Hi honey, are you a girl or boy? I'm so excited to sign a happy birthday song for you, do you wanna hear that song?" Tanong ko habang hinihimas ang tyan ko.

"Okay, I'll sing it for you." Huminga ako ng malalim bago mag simula sa pag kanta. "Happy birthday to you, happy birthday to you." Panimula ko sa kanta.

"Happy birthday, happy birthday." Ipinikit ko ang mga mata ko at napangiti ako matapos makita na kinaya ko ang lahat ng wala si Azriel sa tabi ko.

"Happy birthday to you." She's one year old, well yeah she's my daughter. "Happy Birthday Xavi!"

Nakangiting bati ko habang pinagmamasdan ang mukha nya, hindi maitatanggi na mag ama sila ni Azriel dahil parang girl version lang sya ng ex husband ko, bahagya akong natawa habang iniisip yon, halos dalawang taon na kami dito. Naging maayos naman ang takbo ng buhay namin ni Laurence, I'm so proud at him dahil sa loob lang ng isang taon ay nagawa niyang maging Head Doctor.

"Happy Birthday Xaviara!" Bati ni Laurence, kakarating lang galing sa trabaho. Nandito rin sila mama, kami kami lang rin ang nag celebrate dahil wala naman kaming ibang kapamilya na nakatira dito well yung mga childhood friends ko naman is busy rin dahil may kanya kanya na rin silang pamilya.

Binuhat ko si Xavi, I smiled while looking at her, she's so innocent, she had sweet smile na talaga namang mahahawa ka, she's the greatest gift that I have, and I'm so thankful of Azriel dahil binigyan niya ako ng Xavi sa buhay ko.

She's Xaviara Guaren, hindi ko sya pinagamit ng Sevara dahil hindi na bagay para sa pandinig ko ang pag sunurin pa ang apilyido namin ni Azriel.

Sabay sabay kaming napalingon nang biglang tumunog ang telephone, ipinasa ko kay Laurence si Xavi bago sagutin ang tawag.

"Hello, yes this is Guaren Residence, who's this?" Pormal na tanong ko.

"Jade.." Napahinto ako matapos marinig ang boses ni Azriel, wala na akong ibang nararamdaman ngayon kundi galit.

"Maybe wrong number, I'll hung up n.."

"Jade, I saw your post, I just want to say happy birthday to Xaviara." Napakunot ang noo ko dahil doon, I already blocked him, don't tell me may new acc sya na ginagamit to stalk me?

"She doesn't need your happy birthday greet Azriel, have you seen how happy she is? Well be thankful to Laurence." Nakangising sabi ko bago patayin ang tawag.

It's my turn, Mr. Azriel Sevara.

"Sino yung tumawag?" Tanong ni Laurence pagkabalik ko, umiling ako para sabihing wala lang yon.

Mas naging mabilis ang takbo ng araw, 1st, 2nd hanggang sa dumating na ang 3rd birthday ni Xavi, she's growing. She already knows how to talk, to walk, to introduce herself, she had her good heart to help, sa tuwing pumupunta kami sa market and sa tuwing may nakikita syang pulubi palagi nyang sinasabi sakin na iuwi namin yon, bihisan at pakainin pero sinasabi ko sa kanya na hindi pwede pero patuloy nya parin akong pinipilit hanggang sa ang ending, inaabutan nalang namin ng pera yung pulubi, she loves Disney Movies and she always say, she's one of those princess, well she's really our princess, a girl who deserves to live in fantasies.

But on the other half, naaawa rin ako sa kanya, she knows na hindi nya tunay na ama si Laurence pero hindi naman nag kulang si Laurence sa pagpaparamdam sa kanya na hindi siya iba, itinuring sya ni Laurence ng parang tunay na nyang pamilya.

One time, galing kami mall and may nakita siyang complete family, nakatulala lang sya doon the whole time and noong pauwi na kami ay may bigla na lang syang itinanong sakin.

"Mommy, where is my daddy?" She curiously asked, tinignan ko sya mula sa front mirror ng kotse, she's playing with her fingers, well medyo bulol pa sya pero naiintindihan naman namin. She's only 3 years old ang ganyan na ang tinatanong nya sakin.

"Baby are you hungry." Pag iiba ko ng usapan trying to escape the topic.

"Yes." Napasinghot ako, hindi ko namalayan na may tumutulo na palang luha sa mga mata ko habang nakatingin sa kanya. "Mommy, are you crying?" Tanong nya, agad kong pinunasan ang luhang nag lalandas sa pisngi ko bago umiling.

"No baby, I'm not." Tanggi ko, matamis syang ngumiti kaya naman napangiti nalang rin ako, inabutan ko sya ng bottled milk at 'yon ang ininom nya.

She's too young for this set up.

I'm so sorry, my Xavi.

Kasalukuyan kaming nakahiga sa tabi ni Xavi, it's already 8pm na and it's her time to sleep na, binabasahan sya ni Laurence ng fairytale book habang nasa gitna namin sya, naka focus lang sya sa kinukwento ni Laurence maya maya pa ay nakatulog na rin sya.

"Sleepwell Xavi." Sabi ni Laurence bago halikan ang noo ni Xaviara, dahan dahan kong inalis ang pagkakayakap nya sakin bago halikan ang noo nya, sabay kaming lumabas ni Laurence sa kwarto nya dahil may trabaho pa kaming dapat tapusin.

"Night, Doc." Nakangiting sabi ko sa kanya, tumango sya bago halikan ang noo ko at mag punta na sa kwarto nya.

Nakatulala lang ang sa sketch pad ko trying to think a good design para masimulan ko na ang pag korte, Ilang oras rin akong nag s-sketch nang mapatingin ako sa alarm clock dahil tumunog yon. 4 a.m.

Napahikab ako bago sumandal sa upuan ko, dahan dahan kong ipinikit ang mata ko bago doon na mismo matulog.

Nagising ako dahil sa tunog ng sunod sunod na pag takbo, I tiredly opened my eyes and I saw Xavi's running.

"Baby don't run." Sabi ko bago salubungin ang yakap nya, she hugged me tightly na akala mo naman ay ilang taon kaming hindi nag kita.

"Mommy are you going to your work today?" Tanong niya habang nakayakap pa rin sa akin, itinango ko ang ulo ko bilang sagot, kailangan kong kitain ang client ko para ipakita ang design na ito sa kanya.

She cutely look into my eyes trying to stop me from leaving.

"Why?" Natatawang tanong ko, itinaas nya ang dalawang kamay nya kaya naman agad ko syang binuhat at pinaupo sa lap ko.

"Mommy please." Mahina akong napatawa bago pindutin ang ilong nya.

"I'm so sorry Xavi, later nalang pag uwi ni mommy, don't worry this is just a rush meeting with my client." Nakangiting sabi ko, nanlaki ang mata nya dahil don, she smiled widely before hugged me again.

"Mommy, watch Disney." Tumango tango ako bilang sagot.

"Yeah, we'll watch later." Hinalikan nya ako sa pisngi bago bumalik sya kwarto nya, nakita ko naman na nagpipigil ng tawa si Laurence habang nakatingin sakin kaya naman agad ko syang binato ng unan.

"Lumayas kana!" Sigaw ko, he just gave me his flying kiss na agad ko rin namang inilagan.

"Corny mo!" Sigaw ko bago pa sya tuluyang makalayo.

Dahan dahan akong tumayo bago pumasok sa banyo para ihanda na rin ang sarili ko sa pag pasok ng trabaho, may katulong naman na makakasama si Xavi dito and maaga rin naman akong uuwi kaya okay lang na maiwan sya ng pansamantala, late na umuuwi si Laurence kaya minsan lang rin sila mag kita, nababasahan lang sya ni Laurence sa tuwing maaga siyang umuuwi kagaya kahapon.

Nag lalakad ako papunta sa isang sikat na resto dahil doon daw kami mag kikita ng client ko, natawagan ko na rin naman sila kanina bago pa ako pumunta and willing naman daw silang mag hintay.

"Here's the design Miss.Fortel," Nakangiting sabi ko bago ilahad ang papel sa harap nila, ngumiti siya habang nakatingin sa design ko.

"Do you like this babe?" Tanong niya doon sa fiancé nya, tumango naman 'yong lalaki bilang sagot.

"That's good, we love it, great job Ms.Guaren." Napangiti ako dahil don kahit rush ang gawa ko kagabi worth it naman dahil nagustuhan nila.

"See you next month Ms.Guaren!" Paalam nila, next month namin sya susukatan para magawa na ang wedding gown nya as soon as possible dahil malapit na rin ang kasal nila.

Ang saya lang isipin na hindi nasasayang ang kasal ng mga taong ginagawan ko ng wedding gown dahil hindi sila nauuwi sa hiwalayan.

Natawa nalang ako habang inaalala ang mga panahon na umiyak ako because of Azriel, ganito pala pag naka move on kana, wala na sayo pag narinig mo ulit ang pangalan nya, wala na sayo sa tuwing nakikita mo ang pictures nya, parang strangers nalang but this time, with memories.

"Omg couz!" Tili ni Vanessa, cousin ko galing sa pilipinas.

"Ano bang sinisigaw mo dyan?" Iritang tanong ko sa kanya.

"So ito na nga may malaki kang project! Oo and alam mo ba ikaw pa mismo ang pinili." Excited na sabi nya.

"Bakit hindi ko alam?" Takang tanong ko.

"Kaya nga sinasabi sayo, may tumawag na client sa inyo kanina." Tinaasan ko sya ng kilay dahil don.

"Anong ginagawa mo sa bahay?" Tanong ko.

"Ito naman panay tanong! Dinalahan ko lang ng pagkain si Xavi." Sagot nya, naalala ko naman yung usapan namin ni Xavi kanina.

"Wait kailangan ko na pala umuwi." Nagmamadaling sabi ko, hinapit niya ang kamay ko dahilan para matigilan ako.

"Ito yung number ng new client mo, tawagan mo nalang hindi ko pa alam pangalan e. Bye na nag mamadali rin ako, see you!" Sabi nya bago ako tuluyang iwan.

"Xavi I'm home!" Sigaw ko pag uwi, sinalubong naman nya ako ng yakap bago ako hilahin papunta sa kwarto nya.

"Mommy, are you tired?" Worried na tanong nya bago ako paupuin sa kama niya, umakyat sya don bago imasahe ang ulo ko.

"This will help you to relax mom, daddy Laurence said that to me." Sabi niya habang pinag papatuloy ang ginagawa nya, napangiti nalang ako habang dinadama ang maliit niyang daliri na nagmamasahe sa noo ko.

"That feels so good baby, thank you for massaging my head, that really helps me to reduce my stress." She giggled kaya naman mahina rin akong napatawa, she's so cute.

"Punzel!" Sabi nya matapos kong piliin ang Tangled.

"Mommy, hug me." Sabi nya bago umupo sa binti ko, niyakap ko sya the whole time na nanonood kami, naririnig ko rin syang sumasabay sa kanta well hindi nya masyadong kabisado ang kanta pero ang cute parin pakinggan.

"Mommy, where's daddy?" Out of nowhere na tanong nya, tinignan ko sya and seryoso lang syang nakatingin sakin.

"He's busy, baby, very busy." Sagot ko, she sadly smiled.

"How? Doesn't he like me? Why he didn't come home yet?" Tanong nya, I pinched her nose before answering her question.

"No baby, just always remember that he loves you, he's just busy so he doesn't have time to come home." I faked my smile trying my best not to tell her what really happened, alam ko masasaktan sya and iyon ang ayokong mangyari.

"Mommy can I see his photo?" Tanong niya ulit, ngumiti ako bago tumango, she had the rights to know naman.

Saglit kong hinanap ang Instagram account ni Azriel, dito lang siya hindi naka block sa akin.

I smiled bitterly while looking at his post, panay pictures na nila ni Monica 'yon at natabunan na ang pictures namin, nag hanap ako ng solo picture nya bago ipakita yon kay Xavi.

"Here." Sabi ko bago iabot ang cellphone sa kanya, nakangiti lang sya habang nakatitig don, she held his face that's why accidentally na na heart yon, she swipe it kaya naman nakita nya ang picture ni Azi at Monica ng mag kasama.

"Mommy who's this?" Curious na tanong ni Xavi.

"Ah, baby it's just his friend." Sabi ko bago kunin ang cellphone.

Tatanggalin ko na sana ang heart sa solo picture ni Azriel pero napatigil ako matapos niyang mag send ng message sakin.

Azi_Vara: stalking me?

Rereplyan ko na sana si Azi nang biglang agawin sakin ni Xavi ang phone ko, ilang beses nyang napindot ang heart kaya naman iniisip ko na ang reaction ni Azi ngayon.

Azi_Vara: huh?

Madiin akong napapikit bago kuhanin ang cellphone kay Xavi, she pout at me pero inilingan ko lang sya.

Mabilis kong nireplyan ang messsage ni Azriel, baka kung ano nang iniisip nito.

Itsnotjade_naive: that's not me.

Azi_Vara: Then who's that?

Hindi na ako nag abala pang mag reply sa kanya, nasabi ko naman na na hindi ako yon so wala ng dapat pang pag usapan.

"Mommy, call Daddy, please." Pagmamakaawa nya, mapait akong ngumiti bago umiling.

"He's there at the Philippines Xavi, he had too many patients." Pag papaintindi ko sa kanya.

"He's a doctor too?" Bibong tanong nya, tumango ako bilang sagot.

"Yes baby, he's a good Doctor like your daddy Laurence."

"I want to be a doctor too." Proud na sabi nya, I combed her hair using my fingers before kissing her forehead.

"Anything that you want, I'll always support you, my Xavi."

"I love you Mommy!" She sweetly said, I hugged her from her back and whispered to her ears that made her giggle.

"I love you too, baby."

"Mommy, do you love daddy?" Bahagya nya pang inangat ang tingin nya sakin.

Hindi ko alam kung ano ang isasagot ko.

"Yes Xavi, that's why you're here."

Hindi ko alam kung tama ba ang isinagot ko, masyado pa syang bata kaya naman hahayaan ko muna syang marinig ang mga gusto nyang sabihin ko, it's not the right time for her to know what really happened.

Pagod akong bumalik sa kwarto dahil nakatulog na si Xavi sa bisig ko, binuhat ko sya papunta sa kama bago ako tuluyang lumabas.

Naalala ko naman yung number nung new client ko raw, kinuha ko yung calling card sa bag ko bago 'yon idinial sa cellphone ko.

"Hello, good afternoon, this is Ms.Jade from Mex Fashion Design Group of Companies. How may I help you?" Pormal na sabi ko pagkasagot nya sa tawag.

Tumikhim pa sya bago tuluyang mag salita. "Are you Ms.Jaden Naive Guaren?" Medyo pamilyar yung boses pero hindi ko ma identify.

"Yes sir, I'm Jade." Nakangiting sagot ko. "Ah Sir, before we start the discussion I want to ask, where's your location?"

"Philippines." Sagot nya, nawala ang ngiti ko dahil don, so pag tinanggap ko to.. it means kailangan kong umuwi sa pilipinas, right?

"Ah, medyo complicated po e, pero sa Manila lang po ba?" Tanong ko ulit.

"Baguio." Sagot nya, medyo nakaramdam ako ng kaba pero hindi ko na 'yon pinansin pa.

"Ah Sir, sige po kailan po natin pwedeng pag usapan yung deal?" Tanong ko ulit.

"Pwede naman ngayon." Prenteng sagot nya, muntik pa akong masamid sa sarili kong laway dahil don.

"Okay Sir magkano po ba ang kaya nyo po?" Pormal na tanong ko.

"6 digits." Tumango ako bago ilagay 'yon sa note, nilagay ko ang phone sa pagitan ng balikat at tenga ko para maayos ko ang pagsusulat.

"Wedding gown Sir?" Tanong ko habaang patuloy lang sa pag n-note ng mga sasabihin niya.

"Yes, I want diamonds." Napatango tango nalang ako dahil don.

"Okay sir, deal, kailan nyo po ba kailangan?" Tanong ko bago ilapag ang ballpen at hawakan ulit ang cellphone dahil baka sumakit pa ang leeg ko.

"Anytime, just take your time." Napangiti naman ako pagkatapos marinig yon, hindi masyadong stressful.

"Okay sir, let's meet as soon as possible, have a great night Mr? Sir What's your name again?" I curiously asked, I haven't asked for his name pa pala.

"Mr.Azriel Sevara, nice deal Ms.Jade Guaren." Sabi nya bago patayin ang tawag.

Paanong hindi ko sya nabosesan? It's been 3 years since our last talk, ganon ba kabilis nag bago ang boses nya para hindi ko makilala? O pati ang boses nya ay tuluyan ko na ring kinalimutan?

Sinubukan ko pang tawagan sya ulit para i cancel yung deal pero naka off na ang phone nya, maya maya naman ay biglang tumawag sakin ang boss ko sa MFDGOC at sinabing clear na raw ang contract ko with Azriel, kailangan kasi ng kontrata since kailangan kong umalis ng Mexico para magawa ang trabaho na to and ngayong gawa na ang kontrata e hindi ko na pwede pang takasan to.

I had no choice, kailangan kong umuwi sa Pilipinas para makausap si Azriel.

At kaninong wedding gown naman ang gagawin ko? kay Monica? Teka nang-aasar ba sya?

Gusto nya pa ng diamond sa wedding gown ang daming arte.

So they're preparing for their marriage? gusto kong pumalakpak.

Napalingon ako matapos maalala ang USB, matutuloy pa kaya ang kasal nila ni Azriel pag napanood na nya ang laman ng USB na yon?

Mahina akong napatawa bago tumayo at kuhanin yon, ngumisi ako habang unti unting nabubuo ang plano sa isip ko.

Tutal hindi naman nila ako hinayaang sumaya, so bakit ko naman sila hahayaang sumaya hindi ba?

This is not the Jade I knew pero kahit saan ko naman tignan e deserve ni Azriel mapanood to, hindi naman pwedeng habang buhay ay isisisi nya sakin ang pagkamatay ng anak namin, it's Monica's fault so bakit ako ang sinisisi?

We all knew na hindi alam ni Azriel ang tunay na nangyari, wala eh. Nag pa bulag sya sa galit, ni hindi nya nga pinakinggan ang side ko, noong nag pa demanda nga ako ay hindi niya ako sinuportahan, I want to slap all the reality to him, I want to slap this USB to his face for him to know what really happened.

Inis kong naikuyom ang kamao ko bago iligpit ang sketch pad ko, ang sabi nya naman take my time eh.

We'll see kung hanggang kailan sila makakapag antay sa wedding gown na pinapa design nila.

Ilang araw akong nanatili sa bahay, hindi ako pumasok para maramdaman ng boss ko na nag tatampo ako pero sa loob ng halos isang linggo na 'yon ay wala rin namang ibang inatupag ang boss ko kundi ang asikasuhin ang mga papel na gagamitin ko para makauwi agad sa Pilipinas, really?

"Mommy what are you doing?" Tanong ni Xavi, she's turning 4 this year.

"Just preparing my stuff's baby, I had new client." Sagot ko, umupo sya para pigilan ako sa paglalagay ng gamit ko sa maleta.

"Client?" Tanong nya.

"Yes baby, you know, I have to see my clients." Sagot ko, umakto pa syang nag iisip bago ilabas ang mga damit ko sa maleta.

"Mommy new client means new drawing right? So where are the papers? Why are you preparing your stuffs? Mommy you're leaving?" Hirap man pero ramdam ko ang pag tataka sa boses nya, hinigit ko sya palapit sakin bago mahigpit na hinawakan ang kamay nya.

"Yes baby, I'm leaving but only for week's or month, why, you'll miss me?" Tinaas taas ko pa ang kilay ko pagkatapos iyong itanong sa kanya agad na napawi ang ngiti ko nang umiling sya.

Mahina syang tumawa bago ilagay ang maliit nyang daliri sa labi ko para ibalik ang ngiti don.

"No mommy, I'll go with you." Nakangiting sagot nya, hindi ako nakagalaw dahil don.

Paano ko ipapaliwanag sa kanya na hindi siya pwedeng sumama? Tangina ka talaga Azriel kasalanan mo to.

"Xavi hin-"

"Daddy!" Sigaw ni Xavi dahilan para mapatigil ako, biglang binuksan ni Laurence and pinto that's why tumakbo si Xavi palapit sa kanya.

"Tired?" Tanong ko, itinango nya ang ulo nya bago ibaba ang bag na dala nya.

"Bakit lulutuan mo ako ng masarap na agahan?" Assuming na tanong nya, inirapan ko sya bago ipakita ang phone nya na nasa kamay ko.

"Naiwan mo." Pang aasar ko, nanlaki naman ang mata nya, agad nyang ibinaba si Xavi bago agawin sakin ang cellphone nya.

"May tinatago ka no? Sino yung Claire na nag text kagabi ha?" Maissueng tanong ko, madiin syang napapikit bago ako buhatin dahilan para maibaba ko ang kamay ko at maagaw nya ang cellphone nya.

"Mommy, Daddy." Sigaw ni Xavi, halatang naiinggit dahil kami lang ang nag kukulitan ni Laurence.

Lumapit ako sa kanya bago taliman ng tingin ang tatay tatayan nya.

"Xavi, binata na ang daddy Laurence mo, he had his lucky girl now, and you know what? he's already courting that girl." Ang kaninang matalim na tingin ay agad na napalitan ng mapang asar na tingin matapos sumeryoso ng tingin ni Xavi kay Laurence, kunot noo nyang ibinaling ang paningin nya sakin.

"Mommy, what's binata?" Tanong nya kaya naman napasapo nalang ako.

"Ayan mag palaki ka pa ng englishera." Pang aasar ni Laurence bago lumabas ng kwarto ko.

Client

Kasalukuyan kaming kumakain ng breakfast 8 a.m. na rin dahil kakatapos ko lang mag ayos ng mga gamit ko sa maleta, tahimik lang kaming kumakain nang biglang basagin ni Laurence ang katahimikan.

"Jade, next month na birthday mo diba? anong plano mo? sa pilipinas ka mag ce-celebrate?" Sunod sunod na tanong nya, tinapos ko ang pag nguya bago ibaling ang tingin ko kay Xavi.

"Hindi ko pa alam, sigurado naman akong makakauwi ako agad bago pa ako mag birthday so don't think too much." Sagot ko.

"Mommy you're going to Philippines?" Excited na tanong ni Xavi, tumango ako bilang sagot.

"Does it mean you're going to meet daddy there?" Tanong niya ulit, nagkatinginan kami ni Laurence dahil don.

"Ah Xavi, do you want to see you daddy?" Tanong ni Laurence kaya naman pinanlakihan ko sya ng mata pero hindi rin sya nagpatinag.

Agad na tumango si Xavi, hindi lang isang beses, she also smiled widely.

"I really want to." Nakangiting sagot nya, napahinga ako ng malalim dahil don.

All these years ay wala akong ibang ginawa kundi ibigay ang gusto ng anak ko pero this one, I think hindi ko kayang ibigay to, hindi mahal pero mahirap.

"Xavi finish your food, we'll talk to you later." Agad na tumango si Xavi bago ubusin ang natitirang pagkain sa pinggan nya.

Seryoso kong tinignan si Laurence trying to ask why did he say that pero tinignan nya lang ako na parang sinasabi na we can do this or we can explain this to her.

Ang bilis kumain ni Xavi, she's really determined to talk about her father, she really wants to meet Azriel. Her biological dad.

Sabay sabay kaming nag punta sa kwarto ni Xavi, tinulungan ko muna syang mag half bath bago sya bihisan ng pang tulog.

Nakaupo kami ni Laurence sa kama ni Xavi habang sya naman ay nakahiga na, bahagyang pinindot ni Laurence ang kamay ko para senyasan ako na mag salita na.

"Ah Xavi we'll talk about y-"

"My daddy?" Excited na tanong nya, tumango ako habang kagat kagat ang labi ko.

"Yes baby, we'll talk about him." Sagot ko.

"Xavi, what do you want to know about him?" Tanong ni Laurence kay Xaviara.

"Mommy, Daddy I want to know everything about him." Sagot nya, tinignan ako ni Laurence na parang sinasabi na ako na ang mag kwento dahil ako naman ang mas nakakakilala sa ex-husband ko.

"Well baby he's tall, kind, good hearted like you, handsome, masculine, sweet, caring, loving, hygienic, smart," Mahina pa akong tumawa pagkatapos sabihin yon, tinignan ko sa mata si Xavi, seryoso lang syang nakikinig sa mga sinasabi ko.

"Mommy, tell me more." Hinawakan nya pa ang kamay ko bago galaw galawin yon, tumango ako bago mag patuloy sa pagsasalita.

"Then he loves to watch basketball more than dramas, he will laugh at you if he sees you crying, he loves spicy food, he's good at cooking, a fast runner, a good doctor, he can heal your wounds especially your heart, he's a heart doctor eh." Nakangiti lang si Laurence habang nakatingin samin ni Xavi.

"Xavi, let me tell you a story." Pag agaw ni Laurence sa atensyon nya.

"There's a highschool couple, or highschool lovers, they got married after so many years, their relationship is so strong I mean very strong, then the girl got pregnant but, this one day came. They lost their baby because of one accident, then the boy got mad as in very mad, she hurt his girl's feelings until they got separated." Alam kong kami ang tinutukoy ni Laurence sa kwento nya, hindi ko alam kung naiintindihan ba ni Xavi ang gusto nyang sabihin dahil nga masyado pang bata si Xavi para maintindihan ang ganyang bagay.

"Then one day, the girl find out that she's pregnant." Pag papatuloy ni Laurence, tango lang ang isinagot ni Xavi sa kanya.

"Xavi, if you're their daughter, will you still love your father after what he did?" Tanong ni Laurence sa kanya, malungkot na napatingin sakin si Xavi bago yumakap sakin ng mahigpit.

"Mommy I'm not that daughter right? You and daddy are not separated right?" Tanong nya habang nakayakap sakin, hindi ko napigilan ang pagtulo ng luha ko.

Paanong ang 3 years old na bata ay nagagawang intindihin ang mga ganitong bagay? Ito ang iniiwasan kong mangyari kaya ayokong sabihin sa kanya, ayoko siyang masaktan.

"No, Xavi we're not." Pagsisinungaling ko bago pasimpleng punasan ang luha ko at gantihan ang yakap nya.

"Xavi, do you want to go at the Philippines?" Tanong ni Laurence, inangat ni Xavi ang tingin nya kay Laurence bago tumango, dahan dahang pinunasan ni Laurence ang luhang tumulo pisngi ni Xavi.

"I'll take you there but for now, just let your mommy finish her work with her client." Xaviara nodded as she answered.

"Sleep na Xavi, I'll sleep beside you since tomorrow is my flight." Sabi ko bago tumabi sa kanya.

Hinalikan ni Laurence ang noo namin ni Xavi, akmang lalabas na sya ng kwarto pero agad syang napigilan nang mag salita si Xaviara.

"Daddy, sleep here too." Agad na bumalik si Laurence bago humiga sa kabilang side ng kama ni Xavi, she hugged me tight habang nakayakap si Laurence sa kanya.

Narinig ko pa ang pag kanta ni Laurence bago kami tuluyang makatulog.

Kinabukasan ay maaga akong gumising, ginising ko rin si Xavi para makapag paalam sa kanya, she kissed my cheeks multiple times pagkarating namin sa Airport, I gave her my bracelet bago ako tuluyang umalis.

Mabilis lang naman ang naging byahe, hindi ako nakaramdam ng pagka bored dahil natulog lang ako buong byahe, binawi ko ang mga sleepless nights ko dahil sa pag ta-trabaho. Good thing na nagising ako dahil sa announcement na nakalapag. na ang eroplano.

"I'm back." Bulong ko sa hangin pagkarating ko rito sa Pilipinas, after 4 years I finally back.

Nag hintay ako ng taxi, ilang minuto pa akong nakatayo don hanggang sa may humintong taxi sa harap ko.

"Manong sa…" Nanlaki ako matapos alisin nung driver ang shades nya.

"Welcome back." Nakangiting sabi ni Azriel Teka paano niya nalaman na uuwi ako.

"Azriel buksan mo to." Pag pupumiglas ko habang pilit na binubuksan ang pinto.

"Azi, tatawag ako ng pulis." Pananakot ko sa kanya pero hindi nya ako pinansin, pinaandar nya ang sasakyan hanggang sa makarating kami sa dating bahay namin.

"Akala ko ba ibinahay mo na si Monica? Bakit dito mo ako dinala?" Pikon na sabi ko habang seryosong nakatingin sa kanya.

"Hindi ko sya binahay." Kalmadong sagot niya.

"Talaga?" Taas kilay na sabi ko, mahina nya akong tinawanan kaya naman inihampas ko sa kanya ang sling bag na suot ko.

"Pababain mo ako, uuwi na ako Azriel ano ba!" Sigaw ko ulit.

"I'll take you home, just talk to me." Inirapan ko siya pagkatapos marinig 'yon.

"Talk to my hand." Iniharap ko sa kanya ang palad ko para iyon ang kausapin nya, kahit kailan ay hindi na ako makikipag usap pa sa kanya, after what he did 4 years ago?

"Kung ako sayo pinapababa mo na ako." Bored na sabi ko, sinasayang nya lang ang oras ko eh.

"I'll take you home, delikad…" I cut him

"Pwede ba Azriel stop acting like you care? Sino ka ba? Hindi naman kita ka ano ano! We're just strangers or should I say you're just my client so please lang pababain mo na ako, you're just wasting my time." Inis na sabi ko.

Ni hindi ko naisip na magagawa ko ang kausapin siya ng ganito, all these years hindi ko naisip na makakausap ko pa sya ulit.

I'm sorry Azriel pero kulang ang salitang galit para ipaliwanag ang na nararamdaman ko sayo sa mga oras na to.

Akala ko ay pabababain nya ako, akala ko ay hahayaan nya na akong umuwi mag isa pero hindi sya nag pa tinag, agad nyang binuksan ang makina ng sasakyan bago 'yon paandarin.

Nakikilala ko pa ang daan na to, ito yung daan pauwi sa bahay, so seryoso sya na iuuwi nya ako?

"Bakit ka umalis?" Pag basag nya sa katahimikan, hindi ko sya pinansin at pinanood ko lang ang pag sayaw ng mga punong nadadaanan namin.

"Bakit mo nagawang ilayo sakin ang anak natin?" Tanong nya, same as earlier ay hindi ko ulit pinansin ang tanong nya.

"Bakit nagawa mo syang ipaako sa iba." Doon na ako napalingon sa kanya, ano daw?

"Hindi ko sya pinaako." Madiin na sagot ko.

"Eh, bakit si Laurence ang nasa pwestong dapat ay ako?" Tanong nya ulit.

"Eh, kasi nga mas responsable sya sayo, Tangina Azriel baka nakakalimutan mong nagawa mo akong itulak noong buntis ako? Pati nasaan ka ba noong panahong kailangan kita? Hindi ba nandoon ka kay Monica?" Inis na tanong ko, gusto ko syang sampalin ng paulit ulit dahil sa kawalang hiyaan niya.

"Do you love him?" Mahinang tanong nya, matapang ko syang hinarap bago sumagot.

"Ano naman kung sabihin kong oo?" Deretsong sagot ko, kitang kita ko ang pag daan ng lungkot sa mga mata nya.

To be honest, I don't love Laurence as a lover, I only see him as my Older brother where laging nandyan para sumuporta sakin sa lahat ng pagkakataon.

He is more responsible than Azriel, why? because he knows his limitations, alam nya kung paano ituring ang babae ng tama, kung paano maging ama, maging kaibigan, at kapatid.

He is more than Azriel.

"We're here." Simpleng sabi nya nang makarating kami sa harap ng bahay.

Lalabas na sana ako ng pinto pero agad akong napabalik matapos kong maalala ang isang bagay na gustong gusto marinig ni Xavi, ang boses ni Azriel.

"Azriel, tatawagan ko si Xavi, iiwan ko ang phone ko dito sa loob ng sasakyan para makapag usap kayo. Lalabas lang ako saglit." Sabi ko bago idial ang number ni Laurence.

"Hello Laurence, I want to talk to Xavi." Sabi ko pagkasagot nya sa tawag.

"Wait she's playing, Xavi mommy's on the call!" Pag tawag nya kay Xavi.

"Hello mommy! I miss you!" Malambing na sabi nya.

"I miss you too, baby." Sabi ko habang nakangiti. "Baby someone's want to talk to you." Sabi ko bago iabot ang cellphone kay Azriel, kinakabahan akong lumabas pero gusto kong makapag usap sila ng maayos, yung silang dalawa lang.

Ilang minuto pa akong nag antay sa labas ng kotse nya, sarado ang lahat ng pinto at bintana that's why hindi ko rinig ang usapan nila.

Maya maya pa ay bumukas na ang bintana he hand me my phone before thank me for what I did, tinanguan ko nalang sya bago pumasok sa loob ng bahay.

Teka saan nya kinuha yung taxi? Don't tell me mag bayad pa sya ng taxi driver para lang sya ang makapag sundo sa akin sa Airport?

"I'm home." Nakangiting sabi ko habang nililibot ang paningin sa buong bahay.

"Jade?" Rinig ko sa boses ni mama, tumango ako bago yumakap sa kanya.

"Mama I've missed you so much!" Sabi ko habang nakayakap, he kissed my hair halatang patulog na rin sya dahil nga 8:30 p.m. na.

"Nag dinner ka na ba?" Tanong ni mama, tumango ako bilang sagot.

"Where's tito Fred?" Tanong ko, sunod naman na lumabas si tito Fred bago yumakap sakin.

"Mukhang pinapabalik na ako agad sa Mexico ng anak mo, umuwi na eh." Biro ni tito Fred, sabay sabay kaming nag tawanan dahil don, umuwi lang kasi talaga dito si tito Fred para may kasama si mama habang wala ako and pag umuwi naman ako ay babalik na sya sa Mexico to handle some of his business there.

Pagkatapos naming mag yakapan ay dumeretso ako sa kwarto ko, unang nabaling ang tingin ko sa malaking picture frame doon, that's my baby picture, magkamukhang magkamukha kami ni Xavi noong sanggol pa.

Walang masyadong nag bago sa kwarto ko maliban sa mga punda ng unan at kurtina, may mga nadagdag ring gamit na hindi ko alam kung saan galing.

Napalingon ako matapos makita ang wedding at engagement ring ko na naka lock sa isang glass drawer.

Kinuha ko ang susi non at isinuot yon sa kamay ko trying to check if it still fit on my fingers and yes, it still.

Hindi ko muna iyon hinubad, napangiti ako matapos maalala ang mga masasayang ala-ala na nakakubli sa singsing na ito.

Naglakad ako papunta sa Pool Area dahil balak kong magpahangin saglit.

"Ring signifies the love never ending." Sabi ko bago ilublob ang paa ko sa swimming pool.

"Sino ba ang nag pauso non?" Natatawa tanong ko bago igala ang paningin ko, huminto 'yon sa dandelion na nasa tabi ko, tatlo na sila, magkakasama at halatang masaya dahil sa ganda ng pagkakatubo non.

"Ikaw ah! Nawala lang ako ng 4 years nagkaanak kana at may asawa pa." Pag kausap ko ulit don, biglang humangin ng malakas dahilan para mapayakap ako sa sarili ko.

"Sorry ah pero ang pangit kasi tignan pag kasama yung tatay eh, alam mo ba na inihalintulad ko ang buhay ko sayo kaya dapat ikaw lang at ang anak mo ang matira dyan." Sabi ko bago kuhanin yung pinakamalaking dandelion.

Well, ang bitter ko sa part na yon.

Ibinalik ko ang tingin ko sa singsing na nasa kamay ko.

"To have and to hold, from this day forward, for better for worse, for richer for poorer, in sickness and health, until death do us part." Umiling iling ako bago hubarin yon.

Tinitigan ko pa 'yon bago tuluyang ibaon yon sa lupa, kasabay ng pag baon ko sa singsing ay syang pag baon ko na rin sa mga ala alang kasama ng bagay na 'yon, tinignan ko pa 'yon sa huling pagkakataon bago tuluyang bumalik sa loob ng bahay.

Nakatitig lang ako sa sketch pad ko trying to think a good design, kung pwede nga lang na gawing bilog ang wedding gown ni Monica ay gagawin ko.

"Why do I need to do this?" Tanong ko sa sarili ko bago isarado ulit ang sketch pad.

But I need to finish this design, kailangan na magawa ang final gown after 5 months, nag mamadali.

"Okay, focus Jade, wag mo na lang isipin na sila ang client mo." Pag kausap ko sa sarili ko trying to convince myself to focus on my work.

Ilang oras pa akong nag trabaho, hindi ko alam kung bakit pero tuwing gabi ko mas pinipiling mag trabaho, siguro para mas makapag isip at makapag focus.

Pinalibutan ko ng diamond ang upper part, diamond ang ginamit ko sa pagbuo ng design, this is elegant wedding gown na mas maganda pa sa wedding gown na isinuot ko noong kasal namin

Tinitigan ko yon trying to think if may kulang pa ba, I need to give my best, it's still part of my work, no feelings attached.

"Finally makakatulog na ako." Hihiga na sana ako sa kama ko pero agad rin akong napabangon nang biglang mag ring ang cellphone ko, it's Laurence so I'm sure si Xavi nanaman ang gumagamit ng cellphone nya to call me.

"Mukhang hindi pa pala." Sabi ko bago tuluyang bumangon at makipag usap sa anak ko.

Maaga akong gumising kinabukasan dahil kailangan kong ipakita ang design kay Azriel at Monica.

"Ma, Tito, alis na ho ako." Paalam ko bago tuluyang lumabas ng bahay, mabilis kong pinaandar ang makina ng sasakyan at agad na tinahak ang daan papunta sa café na paguusapan namin.

Napatingin ako sa oras, maaga pa naman at sampung minuto pa bago dumating sila Azriel, umorder muna ako ng breakfast dahil hindi na pala ako nakakain kanina.

Isang cheesecake at coffee lang ang order ko, mabilis ko rin namang naubos yon bago pa dumating si Azriel, yes sya lang. Wala si Monica.

"Nasaan ang fiance mo?" Tanong ko, mahina syang tumawa bago umiling.

"Busy." Sagot nya, napairap nalang ako sa kawalan bago iharap sa kanya ang wedding gown na design ko.

"Do you like it ba or may ipapabago pa kayo? Pwede mo namang iuwi yan para si Monica na rin mismo ang makakita." Seryoso lang syang nakatingin sa wedding gown na 'yon bago tumingin sakin.

"Sa tingin mo? Maganda ba? Surprise kasi yan kaya dapat hindi alam ng fiancé ko." Tanong nya sakin, hindi makapaniwala akong napatawa bago mag iwas ng tingin, great Azriel, great.

"Well that's my dream wedding gown so yes, maganda naman sa paningin ko at isa pa, ako ang nag design nyan so wala akong ibang isasagot kundi maganda yan." Sagot ko, tumango tango siya bago ibalik sakin ang sketch pad ko.

"I want that, 'yan nalang ang i final design mo." Sagot nya napahinga ako ng malalim, gusto ko syang pasalamatan dahil sa wakas naman ay hindi na nya ako papahirapan.

"Kumain ka na ba?" Pag iiba nya ng usapan, I just nodded as answer.

"May sasabihin ka pa? I need to go na lets meet nalang next week, make sure na kasama mo na si Monica." Tatalikod na sana ako pero may nakalimutan akong sabihin. "Congrats, Azriel." Sabi ko bago tumalikod.

Ikakasal na sila ni Monica anytime soon and look at me, I was still stuck in the past and I can't even find the right way to escape.

Aalis na sana ako pero pinigilan ako ni Azriel, ano nanaman?

Peke akong ngumiti bago humarap sa kanya, at this time, he still my client, so I should give him a good treatment hanggang sa makaalis ako dito.

"Mr.Sevara." Nakangiting sabi ko, napatingin pa ako sa kamay nyang nakahawak sa braso ko gawa nga nung pag pigil nya kanina.

"About sa contract." Kunot noo ko syang tinignan bago pasimpleng iniwas ang braso ko mula sa pagkakahawak nya. "Let's seat first." Tinuro ko ang upuan para bumalik kami sa pagkakaupo don.

"Kailan nga ulit ang kasal nyo?" Tanong ko habang nakatingin sa contract, mahina akong napatawa dahil walang date doon, seryoso?

Ibinaling ko sa kanya ang tingin ko habang hawak ang ballpen, itinuro ko ang date kung saan dapat nakalagay kung kailan ang kasal nila.

"Please write the exact date here." Seryoso lang akong nakatingin sa kanya trying not to think about my anger.

"It's up to you, ikaw na ang mag lag-"

"Seryoso ka ba Azriel? Ikaw ang ikakasal tapos ako ang mag lalagay ng date? Are you out of your mind?" Inis na putol ko sa kanya, hindi naman kasi pwede yon.

"Kailan mo gusto?" Tanong nya habang nakatingin sa papel.

"Bakit hindi mo tanungin ang fiancé mo kung kailan nya gusto?" Taas kilay na tanong ko.

"I'm already asking my fiancé, you're my fiancé that's why I'm asking you so when?" Inis akong napaiwas ng tingin dahil baka masampal ko lang sya.

"I guess wala ka nang sasabihing importante, I'm leaving Mr.Sevara, tell this to your fiancé, I don't want t..-"

"I'm sorry." He cut me.

"For?" I asked forcing myself to calm down, we're still on public place at ayokong gumawa ng eksena dito pag hindi ko napigilan ang galit ko.

"For everything, sa lahat ng kasalanan ko sayo 4 years ago sa lahat ng nagawa at nasabi ko." Ramdam ko ang pagsisisi sa boses nya, agad akong tumayo bago tumingin ng deretso sa mata nya.

"Azriel stop, wala ka ng dapat ipagpatawad, that was 4 years ago and kinalimutan ko na lahat lahat ng 'yon, kung ayaw mong kalimutan it's still your choice. Patahimikin na natin ang mga buhay natin Azi, once again I'll ask you if sigurado ka pa ba sa wedding gown na ipinapa-design mo, hindi ako umuwi dito for nothing, pinili kong iwan ang anak ko for you as my client so make sure na may pupuntahan to Azriel." Banta ko sa kanya, tango lang ang isinagot nya.

Agad akong lumabas ng Café at doon inilabas ang galit ko sa loob ng kotse.

Weeks had passed, kasalukuyang sinisimulan ang pagtatahi sa wedding gown ni Monica, yes tumino na ang pag iisip ni Azriel at hindi na niya sinasabi na ako ang fiancé nya, maybe he's just out of his mind that time.

Napatayo ako matapos may tumunog na sunod sunod na doorbell, bakit walang nagbubukas?

"Manang paki open po ng gate!" Sigaw ko pero parang wala talagang tao.

Dumeretso ako palabas and yes, wala talagang tao. Anong araw ba?

Tinignan ko ang date sa cellphone ko and it's Saturday, wala ang mga katulong tuwing weekends dahil rest day nila, umuuwi rin sila sa kanya kanya nilang bahay.

Eh si mama? Nasaan sya? Napahinga nalang ako ng malalim bago tuluyang bumaba para buksan ang gate.

Hindi ko masyadong maaninag ang tao sa labas, mahaba ang buhok nitong kulot at maikli manamit okay, it's Monica.

"What are you doing here?" Tanong ko.

"It's stink amoy malansang ahas." Nginiwian ko sya habang binubuksan ang gate.

"Naligo kana ba? Naaamoy mo ata ang sarili mo?" Patanong na sabi ko trying to pissed her off.

"Anong sabi mo?" Inis na tanong nya.

"Sabi ko amoy malansang ahas ka." Walang prenong sagot ko, mahina akong napatawa matapos nyang lumapit sakin.

"Oh anong ginagawa mo, trespassing yan oh, ano, gusto mo ipa demanda ulit kita?" Taas kilay na sabi ko.

"I'm here to look at my wedding gown." Proud na sabi nya bago umunang mag lakad papunta sa bahay.

"Sus sa pagkakaalam ko wedding gown ko raw yon sabi ng boyfriend mo." Pagpaparinig ko, suminghap ako ng hangin bago humarang sa daanan nya.

"Oh wedding gown pala ang hinahanap mo bakit dito ka nag punta?" Taas kilay na tanong ko.

"Malamang, it's here duh." Maarteng sagot niya.

"Duh," Panggagaya ko sa kanya. "Wala dito. Alis!" Taboy ko sa kanya.

"Where?" Iritang tanong nya.

"May papel na binigay sa inyo diba? Pati bawal mo pa 'yong makita, can't wait ka? Excited?" Pang aasar ko pa lalo.

"Piece of shit, disgusting house." Lait nya sa bahay namin.

"Mas disgusting ka ng bahay namin!" Sigaw ko bago sya tuluyang makalayo, kapal ng mukha, palibhasa pinuno ng make up.

Kasalukuyan akong nag aayos sa sarili ko, aalis ako para bumili ng mga lulutuin ko for my birthday, this passed few years ay nahilig ako sa pagluluto.

Dumeretso ako sa kwarto ni Mom, kanina ko pa sya hindi nakikita.

"Mom." Katok ko sa kwarto nya.

"Mommy nandyan ka ba?" Tanong ko ulit, dahan dahan kong pinihit ang door knob, iginala ko ang paningin ko pero wala don si mama.

"Nasaan kaya yon?" Tanong ko sa hangin, so ako lang pala mag isa dito sa bahay.

Napatingin ako sa cellphone ko dahil tumunog 'yon, may message.

Rence: Hwjemsjsiwisksuedyhslao

Mahina akong napatawa dahil don, It's Xavi, hawak nanaman nya ang cellphone ni Laurence.

Agad ko 'yong tinawagan na mabilis rin naman nyang sinagot.

"Hello, nasa work ka ba?" Bungad ni Laurence, naririnig ko pa ang boses ni Xavi na pilit inaagaw ang cellphone ni Laurence sa kanya.

"Wala naman, si Xavi yung nag text?" Tanong ko.

"Yeah, she missed you na daw akala ko nga kung sino yung tumawag kaya agad kong kinuha." Napangisi ako ng wala sa oras dahil don.

"Akala mo si Claire no," Malakas akong tumawa. "Inlove kana ata Laurence, iba na yan." Pang aasar ko, rinig ko ang pag asik nya kaya naman mas lalo kong nilakasan ang pag tawa ko.

"Uuwi kami dyan." Pag putol nya sa tawa ko.

"Kailan?" Takang tanong ko, teka hindi pwede.

"Secret." Sagot nya bago patayin ang tawag.

Hindi ko tinigilan ang pag message sa kanya, sigurado naman akong hindi sya gagawa ng bagay na ikakagalit ko sa kanya.

Ipinagpatuloy ko ang pag kilos, napag pasyahan ko na mag pa hair cut na rin since may salon naman malapit sa grocery, masyado ng mahaba ang buhok ko, gusto ko naman ng new style.

Sumakay ako ng kotse bago dumeretso sa grocery store, kasalukuyan akong namimili nang mahagip ng tingin ko si Azriel.

Agad akong lumiko nang iangat nya ang tingin nya dahilan para hindi nya ako makita pero parang ang malas ko ata today dahil magkasunod pa kami sa pila ng cashier.

"Ma'am." Pag tawag sakin nung babae kaya naman agad akong lumapit, limang eco bag rin ata ang ipinamili ko kaya naman hirap na hirap ako sa pagdadala non hanggang sa labas.

"Let me." Napatigil ako matapos kong marinig ang boses ni Azriel.

"Huwag na, kaya ko naman." Sabi ko bago mag patuloy sa pag lalakad pero inagaw nya lang sakin ang dala ko at hindi na pinansin pa ang sinabi ko.

"Where's your car?" Tanong nya, itinuro ko sa kanya ang kotse ko dito sa parking lot agad naman nyang nilagay ang mga pinamili ko sa likod.

"Thanks." Pag papasalamat ko, napatingin ako sa maliit na supot na dala nya.

"Ano yan?" Tanong ko habang nakaturo don, ramdam ko na nag iisip pa sya kung sasagutin nya ba ang tanong ko.

"Pregnancy test." Sagot nya, parang tumigil ang lahat sa paligid ko after nyang sabihin yon, teka para kanino? Kay Monica?

"Ah, I see." Sabi ko bago iiwas ang paningin ko, "Ano, mauuna na ako, thanks ulit." Dagdag ko bago mag madaling sumakay sa kotse ko, nakita ko pang may sinabi sya pero hindi ko na yon narinig dahil nga sarado na ang kotse.

Hindi na ako nakapag pa hair cut dahil ang daming bumabagabag sa isip ko kagaya ng, kung magkakaanak na sila paano na si Xavi? Xavi really wants to see him and ayoko naman na pag nag kita na sila ay may bago na syang anak, ayokong isipin ng anak ko na kaya wala ang daddy nya sa tabi nya dahil mas pinili ng daddy nya na sumama sa second family nya.

I'm just worried about my daughter's feelings, I don't really want her to get hurt.

Hindi ko alam pero parang pagod na pagod akong umuwi sa bahay, sinalubong naman ako ni mommy at agad akong tinulungan sa pag kuha ng mga pinamili ko.

"Ma, saan ka galing?" Tanong ko sa kanya, inabutan nya ako ng tubig pagkaupo namin sa sofa.

"Nagpamasahe lang ako kanina, ikaw? Bakit ganyan ang itsura mo? May nangyari ba?" Takang tanong nya, unti unting nag tubig ang mata ko and I don't really know why.

"Ma, I think buntis si Monica." I saw the worried on her eyes, agad nyang pinunasan ang luha ko using her thumb.

"You can't stop them, Jade, hindi na kayo mag asawa ni Azriel so he can do whatever he wants, you ca.."

"Mom it's not about my feeling it's about Xavi's, Ma, ayokong saktan ang anak ko. Ayokong maging sinungaling sa paningin nya lalo na at sinabi ko na hindi pa kami hiwalay ng daddy nya." I cut her while crying, pakiramdam ko hindi ako mabuting ina.

"Hush, stop crying Jade, I know Xavi will understand, she's having a good mindset at a very young age, she really loves you." Pagpapakalma sakin ni mama, sabay kaming napalingon nang tumunog ang cellphone ko.

"Hello?" Sagot ko sa tawag ni Laurence.

"Jade, si Xavi." Kabadong sabi nya, napatingin ako kay mama, halatang nag aalala rin sya.

"Anong nangyari Laurence?" Nag aalalang tanong ko.

"Inaapoy sya ng lagnat, noong dinala ko sa hospital doon ko nalang nalaman na dengue pala." Napakunot ang noo ko dahil don, paanong dengue eh malinis naman ang bahay namin?

"Laurence, I want to talk to her please." I tried my best to calm my voice, it's not his fault.

"Hi mommy, my head hurts." Agad akong napaluha matapos marinig ang boses ng anak ko, mahina lang ang boses nya at halatang may sakit na dinaramdam.

"Baby, take care of yourself ha, mommy will be there, wait for me okay?" Pinunasan ko ang luhang tumutulo sa pisngi ko.

"Mommy, I want to see daddy, he said he really loves me and he really wants to see me, mommy can you please tell him to be with me just for a day, take a leave to take care of me, mommy I want him beside me." Ramdam ko na nakangiti sya habang sinasabi yon, tumango tango ako kahit hindi nya nakikita.

"I'll try, baby I'll try, just wait for us okay? always do what doctor wants and eat those hospital foods okay."

Paalala ko sa kanya dahil tulad ko ay ayaw nya rin sa hospital foods dahil wala raw lasa.

"Yes mommy, I will, I love you po." Rinig ko na humikab na sya.

"Take a sleep na baby, I love you more." Ramdam ko na inabot na nya kay Laurence ang tawag, doon ko na hindi naitago ang malakas na pag iyak ko.

"Laurence don't leave her, she really needs you." Paalala ko sa kanya.

"I will always take care of her, Don't worry, take your time Jade." Pag papagaan nya sa loob ko, nakahinga naman ako ng maluwag dahil don.

"I'll call you pag babalik na ako diyan, thanks Laurence." Sabi ko bago patayin ang tawag.

What should I do now? Should I call Azriel and tell him what happened? or mag sisinungaling nalang ako kay Xavi na busy ulit ang daddy nya kaya hindi sya nakasama sakin pabalik sa Mexico?

After a minutes, I found myself dialing his number while eating my pride, my daughter needs him.

Gifts

"Jade?" Sagot niya sa tawag, huminga ako ng malalim bago mag salita.

"Azriel, may free time ka ba? Azi, Xavi needs you." Rinig ko ang pag sarado nya sa laptop matapos marinig 'yon.

"What happened?" Nag aalalang tanong nya.

"She's sick and she really wants to see you." Sagot ko, narinig ko ang pag tunog ng susi nya, he's leaving.

"Nasaan sya? Saang lugar? Tell me I'll buy tickets." Nagmamadaling sabi nya.

"Mexi.."

"Where are you going?" Rinig ko sa boses ni Monica pero hindi sya sinagot ni Azriel.

"You can't go outside, tell me where are you going." Matigas na sabi nya, nakaramdam ako ng inis dahil don.

"Monica, my daughter needs me so please get out of my way." Out of patience na sabi ni Azriel.

"I nee-"

"Are you going to get out on my way or I'll push you just to let me to get out?" Madiin na sabi ni Azi, wala ng nag salita pa kaya I think tumabi na si Monica, he start the engine of the car, ilang minuto lang ay may nakarinig na ako ng sunod sunod na doorbell.

"What happened?" Tanong nya pagpasok namin sa loob ng bahay.

"Dengue." Sagot ko.

"How's her platelets? Can I talk to her?" Tumango ako bilang sagot, kinuha ko ang cellphone bago tawagan si Laurence.

"Laurence how's her platelets?" Tanong ko pagkasagot nya sa tawag.

"Patuloy parin sa pag baba but don't worry, I always check her, Hush, Xavi stop crying, look mommy call again." Pag papakalma ni Laurence kay Xavi.

"Mommy." Umiiyak na sabi nya, ni loudspeaker ko 'yon para marinig nila Azi.

"Baby, daddy is here, he wants to talk to you." Sabi ko bago ipasa ang cellphone kay Azriel.

"Hi, daddy?" Umiiyak na sabi nya.

"Hi Xavi, how are you?" Tanong ni Azriel trying to make Xavi calm.

"Daddy, I'm sick." Nahihirapang sabi nya.

"I know, I know. Who's your doctor?" Tanong nya ulit.

"Daddy Laurence." Sagot ni Xavi, napatango tango nalang si Azriel bago ibaling ang tingin nya sakin.

"Get well baby, you had two doctors in your life okay? we'll do anything just to take that dengue virus away, daddy will be there." Sabi nya bago patayin ang tawag, agad akong nag booked ng ticket papunta sa Mexico dahil hindi nga nakabili si Azriel.

Nag handa na ako sa pag alis dahil mamayang hapon rin ang alis namin.

Hindi matigil ang kaba ko hanggang sa makarating kami sa Airport, nanginginig ang kamay ko dahil sa kaba at takot, Azriel held my hand to stop the shake.

"Calm down." Bulong nya, tumango ako bago alisin ang kamay ko sa pagkakahawak nya.

I still mad at him, pero kailangan kong isantabi ang galit na yon sa ngayon, iipunin ko ang galit ko para maibuhos ko lahat pag dumating na ang oras kung saan ibubunyag ko na ang sikreto ni Monica.

"Wake up, we're here." Gising sakin ni Azi, nakatulog na pala ako sa byahe, sinundo kami ni Laurence sa airport at walang nag salita ni isa samin, awkward.

"Where's Xavi?" Tanong ko kay Laurence pagkarating namin sa Hospital.

Itinuro ni Laurence ang daan papunta sa isang private room kung saan nandon si Xaviara.

Agad kong binuksan ang pinto and I saw her sleeping.

Tinitigan ko lang sya, I really missed her, inilagay ko sa likod ng tenga nya ang mga buhok na kumawala sa mukha nya, she's peacefully sleeping.

"Nag punta daw sa bodega sabi nung katulong." Napalingon ako nang mag salita si Laurence.

"Paano nakarating? Mataas yon diba?" Takang tanong ko sa kanya.

Ibinaling ko ang tingin ko kay Azriel na nakahawak lang sa kamay ni Xavi, parang kinakabisado nya ang mukha ng anak nya since this is the first time na nakita nya ang mukha ni Xavi.

"Labas muna ako, pre ikaw muna mag bantay sa anak mo." Sabi ni Laurence bago lumabas ng kwarto.

"Xaviara Guaren Sevara." Sabi nya bago ilipat ang paningin nya sakin, bakit pag siya ang nagsasabi parang ang sarap sarap pakinggan, all these years ang pangit pangit na sa pandinig ko sa tuwing pinag susunod ang apelyido namin pero noong siya ang nagsabi parang ang ganda na ulit, what the fuck is this.

"Her surname must be Sevara, Jade." Pag kausap nya sakin, hindi ko siya sinagot, umupo ako sa kabilang side ng kama bago haplusin ang mukha ni Xavi.

"All these years ay wala ka sa tabi namin so bakit ko ibibigay sa kanya ang apelyido ng muntik na rin pumatay sa kanya noong nasa sinapupunan ko sya?" Seryosong sabi ko kahit hindi sya tinitignan.

Sya ang dahilan kung bakit araw araw akong stressed sa pag iyak dati, muntik na bumitaw si Xavi dahil sa stressful thoughts na naiisip ko and that's all because of Azriel, lahat yon dahil sa kagaguhan nya so tell me, bakit ko gagawing Sevara ang apelyido ng anak ko?

Ilang araw pa kaming nanatili sa hospital, halos mag dadalawang linggo na rin noong nawalan ng lagnat si Xavi but still, may dengue virus parin sya.

"Nagiging maayos na ang lagay ni Xavi, thanks to Azriel, halos sya na ang pumalit sa trabaho ko bilang doctor ni Xavi." Sabi ni Laurence pagpasok sa kwarto ni Xavi.

"Daddy!" Sigaw ni Xavi, agad siyang nag pa buhat kay Laurence, hindi na rin siya naka dextrose dahil malakas na rin naman siyang uminom ng tubig.

"Missed me?" Tanong ni Laurence habang pinipindot ang ilong ni Xavi.

Nabaling ang tingin ko kay Azriel na natutulog sa sofa, buong magdamag ata binantayan ang platelets ni Xavi kaya ayan, tulog.

"I saw the determination on his eyes anong balak mo dyan." Nginuso nya pa si Azriel, inirapan ko nalang sya bago ibalik ang tingin ko sa orange na binabalatan ko bago pa siya pumasok kanina.

"In Denial, sabi sabi ka pang naka move on kana bago ka umalis pero noong nakita mo parang nahuhulog ka nanaman, can't you see how you look at him? Walang pinag ka iba noong bago pa tayo umalis 4 years ago, ang kaibahan lang may bahid na ng galit ngayon but still nandon parin yung love ang sabi nga the more you hate, the more you l-" Sinaksak ko sa bibig nya ang isang buong apple.

"Tumahimik kana nga, na-inlove ka lang ang dami dami mo nang alam na ganyan." Iritang sabi ko bago sya samaan ng tingin.

"Eh, bakit parang nakikipag kaibigan ka na ngayon, hindi ba galit ka rin dyan, ano, sabihin mong hindi." Pinanlakihan ko pa sya ng mata, this passed few days kasi ay madalas na silang nagtatawanan.

"Wala naman syang kasalanan sakin pati mabait naman sya ah, mabait pa nga sya kesa sayo…"

"Edi dyan ka na kumampi, wag ka nang lumapit sakin kahit kailan, layas doon!" Sigaw ko, tinawanan nya lang ako bago pisilin ang pisngi ko.

"Ang cute mo naman mag selos, ikaw lang love love ko Jade." Cringe na sabi nya, nandidiri ko syang tinignan bago mag make face, tinawanan lang kami ni Xavi dahil nag aasaran nanaman kami sa harap nya.

He kissed Xavi's forehead before mine, agad nyang inalis ang pagkakahalik sa noo ko nang tumikhim si Azriel.

"Good morning, pre." Bati ni Laurence pero hindi sya pinansin ni Azriel, malakas syang tumawa nang lumabas si Azriel sa kwarto.

"Selos ex-husband mo, ang gwapo ko kasi." Hinampas ko sya sa balikat dahil don.

Siraulo.

Kasalukuyan kaming nandito sa kwarto ni Xavi, yes nakauwi na sya dahil tuluyan na rin naman siyang gumaling, halos tatlong linggo rin ang itinagal nya sa hospital bago tuluyang bumalik ang sigla nya.

"Let's go na baby, sleep na." Sabi ko bago sya buhatin, nag co-color pa kasi sya sa coloring book nya but it's already 9 p.m. na kaya naman kailangan na niyang matulog.

Nandito rin si Azriel sa kwarto, ngiting ngiti si Xavi habang nag lalaro sila kanina ni Azriel, I saw the happiness na hindi ko nakikita noong hindi niya pa nakikita si Azriel, yung tipong parang dumating na yung matagal nyang hinihintay.

"Mommy, since I'm fine na, Are you going back to the Philippines to meet your client again?" Tanong ni Xavi, hinawakan ko ang kamay nya bago umiling.

"Mommy will stay here but after my birthday, I need to go back na sa Philippines to continue my work there." Paliwanag ko sa kanya, dahan dahan nyang inilipat ang paningin nya kay Azriel where nasa kabilang gilid ng kama.

"Daddy are you going to leave me again? Daddy can you please take me to the Philippines? Daddy I don't want to be alone again." Kunot noo ko syang tinignan bago hawiin ang buhok na nakakalat sa mukha nya.

"Xavi you're not alone, daddy Laurence and lolo Fred are here, they always here for you, to take care of you." Napairap ako nang agawin ni Azriel ang pansin ni Xavi.

"Yes Xavi, I will." Nakangiting sabi nya, abot langit na ngumiti si Xavi bago yumakap sa kanya. Napasapo nalang ako sa ulo dahil don.

"Mommy please." Pagmamakaawa ni Xavi, inis kong tinignan si Azriel pero pasimple lang syang nagpipigil ng tawa.

"Xavi let's just talk about this tomorrow, sleep na." Pag iiba ko sa usapan pero hinawakan lang ni Xavi ang kamay ko bago yon higitin.

"Mommy please, I want to celebrate my birthday at the Philippines." Naalala ko naman ang 4th birthday nya dahil don, next next month.

"Let me think." Sabi ko bago sya kumutan.

"Mommy, daddy kiss me." Sabi ni Xavi, agad ko syang hinalikan sa noo pero umiling iling lang sya.

"Mommy here." Sabi nya sabay turo sa pisngi nya. "You too daddy." Napahinga nalang ako ng malalim bago umupo at pantayan ang pisngi nya.

"1, 2, 3." Bilang nya bilang hudyat na ididikit na namin ang labi namin sa pisngi nya pero agad akong napamulat ng hindi pisngi ang sumalubong sa labi ko, kundi ang labi ni Azriel.

Agad akong napalayo dahil don but Azriel held my hand to stop me, hinawakan nya ako sa batok bago ipag dikit ulit ang labi namin sa harap ni Xavi.

Tuwang tuwa si Xavi after non, saan niya ba natutunan ang mga ganito? si Laurence ang unang pumasok sa isip ko, walang ibang mag tuturo sa kanya ng ganito kundi ang lalaking 'yon.

Agad kong hinampas si Azriel dahil sa ginawa nya.

"Bastos." Inis na sabi ko sa kanya bago tumalikod at pilit na pinunasan ang labi ko, that lip already kissed another woman, ang dumi sa pakiramdam.

"Good night Xavi." Sabi ko pag harap, agad kong hinila si Azriel palabas ng kwarto ni Xavi at doon sya sinampal ng malakas.

"After everything Azriel? why did you do that? and ang malala in front of Xavi pa! hindi ka ba nag iisip?" Inis na tanong ko.

"Inalis niya ang pisngi nya Jade, that's not my fault, nagulat rin ako-"

"Nagulat? Tangina inulit mo pa nga Azriel nasaan ang gulat don? Nandidiri ako sayo, nakakadiring isipin na idinikit mo ang maduming labi mo sa labi ko, nakakadiri ka." Sigaw ko sa kanya.

"Oo, inaamin ko na hindi ko pa nakakalimutan lahat lahat ng pang ga-gago na ginawa mo sakin 4 years ago, na galit pa rin ako sa inyo, na hindi ko parin kayang kalimutan na niloko mo ko, you're a cheater and look at you now, hindi ba cheating ang tinatawag mo sa ginagawa mo ngayon? May girlfriend ka Azriel and you're kissing another woman, mas lalo mo lang pinapatunayan sa akin yung salita na cheater always be a cheater, na wala ka ng pag asang mag bago, na ikaw parin ang Azriel na nanloko sakin, ang Azriel na tumapon sa relasyon natin." Papatuloy ko.

"Sige sabihin mo, bakit mo nga ba ako hiniwalayan? Bakit ka nakipag divorce nang ganon ganon nalang?" Malakas na tanong ko sa kanya pero kagaya ng dati, he's speechless sa tuwing magtatanong ako about sa bagay na to.

"Great, Azriel! Gusto kitang palakpakan, tell me what went wrong? Bakit umabot sa ganon? Kasi hanggang ngayon takot parin ako magmahal dahil sa pesteng tanong na yan na hanggang ngayon ay hindi pa rin masagot, Azriel Am I not enough? Am I not a good wife?" Hindi ko na mapigilan ang maluha, siguro nga kulang pa ang 4 years na paghahanda ko para sa araw na to, dahil lahat ng paghahanda ko ay mauuwi lang pala sa wala pag nasa harapan ko na sya.

"Azriel magsalita ka naman oh, para na akong tanga dito e, Azriel reason mo lang ang hinihingi ko, ayoko na ng sorry mo, kailangan ko yung reason mo para makawala na ako sayo, para mapakawalan ko na ang sarili ko." Hinampas ko pa siya sa balikat but still he's speechless, nakayuko lang sya and I know pinipigilan nya lang rin ang luha nya.

"Azriel umuwi kana, umuwi kana please. Hayaan mo na kami ni Xavi." Pagmamakaawa ko bago sya iwan sa hallway ng bahay, dumeretso ako sa kwarto at doon umiyak ng umiyak.

Ang sakit palang itanong sa harapan nya yung mga tanong na gustong gusto ko nang masagot, hindi ko man lang napaghandaan to, ni hindi ko naisip na iiyak para ulit ako because of him.

Well yes, umalis si Azriel, umuwi siya ng pilipinas kagaya ng gusto ko, maayos naman syang nag paalam kay Xavi at sinabi nya na babalik sya para iuwi si Xavi sa pilipinas.

"Rinig ko yung sigawan nyo kagabi ah." Sabi ni Laurence habang nakaupo sa sofa dito sa kwarto ko.

"Sorry, nagbabasa ka ba kagabi? medyo nagkasagutan lang." Pag hingi ko ng pasensya, baka naistorbo pa namin ang pag t-trabaho nya, umiling siya bilang sagot.

"Nagbabasa ako oo pero hindi ako nag ta-trabaho, just doing some chichats while reading since free time kagabi." Sagot nya, mahina kong sinipa ang paa nya para asarin ulit sya.

"Chichats with? Claire? Ikaw ha, inlababo ka talaga don 'no? Saan mo nakilala? Kailan? Anong buong pangalan para ma search ko sa facebook." Pangungulit ko sa kanya, inasikan nya lang ako bago mahinang tumawa.

"Puro ka naman kalokohan, Jade." Tinaasan ko sya ng kilay dahil don, agad akong tumabi sa kanya para madali ko syang mahahampas mamaya.

"Malamang, ngayon lang kita nakitang ganito 'no, pati deserve mong maging masaya Laurence, malapit na tayo mag thirty ano ka ba." Nakangiting sagot ko sa kanya.

"Well Claire is kind, nurse siya sa hospital na pinagtatrabahuhan ko, and yes she's my girlfriend." Pag amin nya, nang aasar ko syang tinignan bago hampasin ang balikat nya.

"Kailan pa! Ikaw ha hinuhuli mo ako sa balita." Parang nagtatampo pang sabi ko, bahagya pa akong tumalikod sa kanya.

"Ikaw nga ang unang nakaalam." Nanunuyong sabi nya, natatawa ko syang hinarap bago kumapit sa balikat nya.

"Aba dapat lang no!" Sigaw ko.

Tulog pa si Xavi dahil masyado pang maaga, wala ring pasok si Rence ngayon kaya naman nakikipag asaran sya sakin.

Sandali kaming tumahimik bago ulit siya magsalita.

"Iiyak mo kaya yan." Bulong niya habang nakatingin sa kama ko.

Hinawakan nya ang ulo ko bago isandal sa balikat nya.

"Shoulder buddy?" Ngumuso ako dahil don, he's trying to make me cry.

"Hindi mo ako mapapaiyak." Proud na sabi ko sa kaniya.

"So, what really happened kahapon? Sinabi na nya yung reason?" Tanong nya, unti unti kong inalala yung nangyari kahapon bago umiling.

"No, ayaw nya parin sabihin yung reason, or kung may reason ba talaga, malay ko ba kung nag sawa lang talaga sya." Mahinang sagot ko.

"You think so?" Tumango tango ako bilang sagot.

"Come to think of it Jade, what if may reason talaga sya kasi hindi naman siguro nya gagawin ang mga ginagawa nya ngayon kung wala hindi ba? so what if meron? tatanggapin mo ulit?" Tanong nya, hindi ako naka sagot.

"What if mas nahihirapan sya kesa sayo?" Dagdag na tanong nya kaya naman unti unti kong inangat ang tingin ko sa kanya.

"Parang ang imposible naman ata non Laurence, sya yung nag cheat eh." Sagot ko sa kanya.

"Eh, what if nga diba, sige isa isahin mo sa isip mo lahat." Unti unti kong inisip ang gusto nyang sabihin.

So what if nga may reason? ang hirap naman kasi eh, paano ko malalaman kung hindi niya sasabihin.

Sa mga sumunod na araw ay wala kaming ibang ginawa kundi ang pag handaan ang birthday ko, isang linggo lang ang pagitan ng birthday namin ni Xavi kaya naman plano naming pagsabayin na lang ang celebration.

Kasalukuyan kaming nasa mall, nag iisip kung ano pa ba ang kulang at mga dapat bilihin, kanina pa rin pawala wala sila Laurence dahil tumitigil sila kada may nagugustuhan si Xavi.

"Laurence tama na yan, limang shopping bag na yang dala nyo oh!" Pag tawag ko sa kanya, buhat buhat nya si Xavi sa isang kamay habang buhat buhat nya ang limang shopping bags sa kabila.

Kinuha ko si Xavi sa kanya at sya naman ang bumuhat ng ibang shopping bags na dala ko, nag lakad kami palabas ng mall since tapos na rin naman kaming mamili pero agad akong napatigil nang mapadaan kami sa salon.

"Parang gusto ko magpa hair cut." Sabi ko kay Laurence, hinawakan nya ang kamay ko bago hilahin papasok sa loob.

"Go na." Bulong nya, umupo ako sa isang upuan at agad naman akong inassit ng mga tao, silang dalawa ni Xavi ay nakaupo lang doon sa waiting area.

Saglit lang rin naman akong ginupitan, I felt a big relieved after maputol ng buhok ko, ngayon lang ulit ako nag pa ikli after so many years, halos hanggang balikat na lang ang buhok ko, well hanggang binti ito kanina.

"It suits you." Compliment ni Rence habang nakatingin sa salamin at nakakapit sa balikat ko.

"Your wife is so beautiful sir." Nakangiting sabi nung babae na nag gupit sakin, nag tinginan kami ni Laurence bago sabay na tumawa.

"She's not my wife, we're best friends." Sagot ni Laurence siniko ko sya dahilan para mapatingin sya sakin.

"Dapat sinakyan mo na lang, maganda naman daw ako eh." Bulong ko sa kanya, kahit naman lakasan ko ang boses ko ay wala namang makakaintindi sakin dito.

"I'm sorry Ma'am, Sir." Paghingi nya ng tawad, bahagya pa syang yumuko.

"No, it's fine." Sagot ko bago tumango, nagpasalamat pa kami bago tuluyang lumabas ng salon.

"Mommy what happened to your hair?" Takang tanong ni Xavi.

"It's called haircut baby, don't worry she just cut my hair." Sagot ko habang buhat buhat parin sya, ito ang mahirap pag kasama si Xavi gumala. Ayaw niyang naglalakad.

"Mommy can I have my hair cut too?" Tanong nya.

"Next year Xavi, I already cut your hair last year have you forgotten?" Tanong ko, umakto pa siyang nag iisip bago tumango.

"Okay mommy." Nakangiting sabi nya, yumakap sya leeg ko bago isandal ang ulo nya sa balikat ko, she's sleeping.

Hindi na ako nag salita hanggang sa makarating kami sa kotse dahil baka umiyak si Xavi pag nagising sya at hanapin nanaman ang daddy nya.

Tahimik lang kami sa byahe while vibing into a music, medyo malayo rin ang mall mula sa bahay namin kaya pati ako ay nakatulog na rin.

"Mommy, wake up." Gising sakin ni Xavi.

"Why?" Antok na sabi ko.

"There's a delivery for you, look it's dandelion." Sabi nya bago iabot sakin ang isang bouquet of dandelions, unique.

Tinignan ko kung may letter pero wala, sinong nag padala nito?

"Kanino galing?" Biglang sulpot ni Laurence.

"Walang nakasulat eh, first birthday gift lang ang nakasulat." Sagot ko bago ipakita ang letter sa kanya.

"Baka may secret admirer ka." Sagot nya, tinignan ko pa yon pero wala talaga.

"Kanino naman galing to." Takang tanong ko, hindi ko na masyadong inisip pa yon dahil marami pa kaming gagawin, ipinasok namin sa loob ng bahay ang mga pinamili namin, dineretso naman ni Xavi sa kwarto nya ang mga bagong laruan na pinabili nya kay Laurence kanina.

"Advance happy birthday." Sabi nya habang inaayos ko ang mga pinamili namin, nakaupo lang sya sa center couch ng table.

"Ang advance mo naman, 1 week pa." Sagot ko.

"Hindi ako sure kung makakauwi ako sa birthday mo, masyadong maraming patients, hindi pasok sa schedule ko." Sagot nya, tinanguan ko siya bilang sagot.

"Batiin mo nalang ako bago ka umalis, basta sa birthday ko, party lang rin naman 'yon with our batchmates." Sabi ko habang inaayos ang mga prutas.

"Pupunta sila dito sa Mexico?" Tanong nya, I nodded as answer.

"Sila Fari pupunta, mga highschool and college friends lang rin natin, also mga business partners ng parents ko." Sagot ko.

"I must be there, I'll try na umuwi ng maaga don't worry, makakarating ako sa birthday mo." Kinunutan ko sya ng noo bago bato sa kanya ang apple na hawak ko, agad nya rin namang nasalo yon kaya naiwasan ang pag tama non sa mukha nya.

"Sa iisang bahay lang naman tayo nakatira, pati okay lang unahin mo ang mga pasyente mo, halos araw araw rin naman tayong nag kikita medyo nagsasawa na rin ako sa mukha mo." Pag bibiro ko, umakto pa syang nasasaktan bago ibalik sa kamay ko ang mansanas.

"Ang sakit Jade ah, btw inimbitahan mo ba yung ex-husband mo?" Tanong nya sakin, minsan ang sarap sampalin nito eh, palaging inoopen ang topic about Azriel.

"It's up to him rin naman kung pupunta sya." Walang ganang sagot ko.

"Paano pag sinama yung girlfriend nya?" Sinamaan ko sya ng tingin dahil don, nasisira ang araw ko dahil kay Monica.

"Mag papa welcome pa ako pag dumating yon, baka isipin na hindi siya belong eh." Sabay kaming napatawa pagkatapos kong sabihin yon, kahit ano atang mangyari ay hindi mawawala ang tagos sa butong inis ko sa babaeng 'yon.

Napatigil kami sa pagtatawanan nang mag ring ang telephone, si Laurence ang sumagot non.

"Sino yan?" Tanong ko habang naglalakad papalapit sa kanya.

"Parents mo." Sagot niya bago iabot sakin ang tawag.

"Hello ma!" Nakangiting bati ko, itinukod ko ang siko ko sa lamesa para suportahan ang bigat ko.

"Jade, darating na kami dyan mamaya, I want to cook for your birthday. Huwag ka nang kumuha ng catering ha, tayo na lang ang mag luto." Tumango tango ako kahit hindi niya nakikita.

"Yes mom, we'll wait. Anong gusto mong kainin? Mag luluto na rin ako ng lunch eh." Sagot ko.

"Bahala ka, basta favorite ko." Unang pumasok sa isip ko ang Mechado.

"Okay Ma, ingat sa byahe okay? Love you." Gumawa pa ako ng kiss sound para marinig niya.

"I love you more." Sabi nya bago patayin ang tawag, hindi ko pa pala na tanong kung sa kanya ba galing yung dandelions, mamaya nalang.

Nagsimula na ako sa pagluluto dahil nagugutom na rin ako, malapit ng mag 12 p.m. at nagugutom na rin si Xavi, buti nalang ay nabubusog pa sya sa gatas hanggang ngayon, iyon muna ang pinainom ko sa kanya.

12:30 p.m. na ako natapos mag luto, wala parin sila mommy siguro ay nasa byahe pa dahil medyo matagal 'yon.

"Are you hungry na?" Tanong ko kay Laurence.

"Let's wait for your parents first, si Xavi nalang muna ang pakainin mo." Sabi nya, kumuha ako ng konting kanin for Xavi, kaunti lang rin naman ang kinakain nya.

"Mommy can you please teach me some tagalog words, please." Tanong nya habang kumakain, taka akong napatingin kay Laurence dahil don, ibinaling ko rin agad ang tingin ko kay Xavi.

"Why?" Tanong ko sa kanya.

"I just want." Sagot nya, sinubuan ko siya ng pang huling subo bago sumagot.

"I will, later. I'll teach you." Hinaplos haplos ko pa ang buhok niya bago dalhin sa lababo ang pinggan na pinag kainan nya.

1 p.m. na rin nang dumating sila mama, kumain agad kami dahil gutom na rin daw sila.

"I remember noong unang beses mong pinag lutuan si Azriel ng Mechado, ang alat non." Mom said trying to remember those old days.

"Mom." Angal ko, ayoko nang maalala ang kahihiyan na yon.

"Bakit? Masarap naman daw." Natatawang sagot ni mama.

"Just try not to open any topic about him." Nakangusong sabi ko.

"Why naka move on kana diba?" Taas kilay na tanong nya.

"I am pero mom nakakahiya parin and ang awkward maalala." Sagot ko, sabay sabay silang tumawa pagkatapos kong sabihin yon.

There's nothing funny, tinignan ko ng masama si Laurence kaya naman agad siyang huminto sa pag kain.

Sabay sabay kaming napatigil nang may mag doorbell.

"Manang sino yan?" Tanong ko bago ibaling ang tingin ko sa isang babaeng na nakatayo sa pintuan.

"Claire." Napalingon ako kay Laurence dahil don, so this is Claire?

Inunahan ko sa pag tayo si Laurence bago hilahin si Claire paupo sa upuan, nahihiya pa syang tumingin sakin pero hindi ko na pinansin yon.

"Welcome to the family Claire." Nakangiting sabi ko.

"Laurence, sino sya?" Tanong ni mama, halatang naguguluhan rin si Claire dahil nga hindi maintindihan ang sinasabi nila mama.

"She's Claire, girlfriend ko po." Sagot ni Laurence, nag tinginan sila mama at tito bago tumango.

"Hi Claire, Alfred, just call me tito Fred." Pakikipag kamay ni tito Fred kay Claire.

"Good afternoon, tito Fred." Pakikipag kamay ni Claire, well based naman sa appearance nya ay mukha naman siyang mabait, first impression kung baga.

"Dhalia." Pakikipag kamay ni mama, tinanggap naman yon ni Claire.

"Hi Ma'am, Claire." Sagot nya.

"Have a seat." Nakangiting sabi ko, hindi ko pinansin si Laurence the whole time, nilaglag ko lahat ng sikreto nya kay Claire pati yung mga katarantaduhan na ginawa niya nung high school, tinatawanan lang ako ni Claire habang nag ku-kwento well si Laurence, nilalamon na ng hiya.

Days had passed araw araw pa rin na may dumarating na regalo sakin, nung tinanong ko naman sila mama e hindi naman daw sa kanila galing.

Nung pangalawang araw ay Chocolates ang dumating

Nung pangatlo ay roses

Nung pang apat ay singsing

Nung pang lima naman ay malaking teddy bear

Nung pang anim ay pabango

At kahapon as pang pito ay dandelions ulit pero iba na ang nakasulat sa letter.

"Hi Jade, this is my 7th gift for you, tomorrow will be my final gift for your birthday, see you tomorrow, love."

Tinawag niya ba akong love o another tricky letter nanaman?

Birthday Celebration

Masyado ng maraming tao, masyadong magara ang party na 'to dahil ito ang gusto ni mommy.

"Nahihiya akong lumabas." Sabi ko habang nakatingin sa salamin, nakaayos na ako at ako kami na lang ni Xavi ang hinihintay sa labas.

"You can do it." Pag cheer sakin ni mama, napalingon ako nang tawagin na ako ng mc kaya wala na akong nagawa kundi hawakan ang kamay ni Xavi para sabay kaming mag lakad sa red carpet papunta sa harapan.

"Hi everyone! Thank you so much for coming, enjoy this party everyone." Sabi ko sa mic bago umupo sa upuan, pinanood lang namin ni Xavi na dumating ang ilang bisita, nilibot ko ang paningin ko, maaga pa naman kaya siguro wala pa si Laurence.

Napahinto ang lahat nang dumating si Azriel, he's with Monica as I expected, alam ng lahat na kinasal kami at ang iba sa kanila ay nagulat dahil hindi pa alam ang about sa hiwalayan namin that's why normal lang siguro ang naging reaksyon nila.

"Happy Birthday." Bati ni Azriel bago ilapag ang regalo nila sa table, he held Xavi's face bago umupo, takang tumingin sakin si Xavi dahil hindi nya kilala ang kasama ng daddy nya.

Nginitian ko nalang sya para hindi na sya mag tanong.

Sunod na dumating si Fari, kasama nya si Quin, ka trio ko sila nung College mga half filipina rin.

"Omg ano 'yon! Hindi mo naman kami sinabihan na hiwalay na pala kayo at may bago na si fafa Azi, ang tagal tagal nyo na, kay Theo at Dane pa namin nalaman." Reklamo ni Fari, tinawanan ko lang sila bago kurutin sa tagiliran.

"Tumahimik nga kayo." Nahihiyang sabi ko.

"Jusko naman, chikahan nalang tayo mamaya, see you! Bye baby Xavi happy birthday!" Hinalikan pa nila sa pisngi si Xavi bago pumunta sa seats nila.

Sunod na dumating sila Theo at Dane, asawa nila Fari at Quin, ka circle of friends namin ni Azriel noong college.

"Nice party." Nag hug pa kami pagkarating nila sa harapan. "Happy Birthday Xavi, ikaw wag ka na mag birthday hindi ka naman nag mu-mukhang matanda." Sabi ni Theo kaya naman pasimple ko syang inirapan. "Wag mong kunin regalo namin sa anak mo ha!" Banta nila bago umalis, hindi na ako nag salita dahil baka hindi kami matapos sa pag aasaran dito pag nagkataon.

Agad rin namang nag simula ang party pagkatapos namin mag blow ng candle, may mga nag iinom na rin at dalawang oras na kaming nakaupo kaya naman nag pasya na akong tumayo para hanapin si Laurence.

Baka mamaya pang 11 p.m. makakarating 'yon.

"Have you seen L-" Napatigil ako nang may humawak sa balikat ko, it's Azriel. Kasama nya si Theo at Dane.

"Happy Birthday love." Sandali akong natigilan bago bawiin ang kamay ko mula sa pagkakahawak nya.

"Thanks, Theo, Dane, alis na ako ha, saglit lang." Paalam ko sa kanila pero hinawakan ulit ni Azriel ang balikat ko, madiin akong napapikit dahil unti unti nanamang nabubuo ang inis ko.

"I'm so sorry Mr.Sevara pero kung wala ka namang importantanteng sasabihin pwede bang hayaan mo muna ako umalis? May mga bisita kasi akong mas importante kesa sa sasabihin mo." Sabi ko bago sila lampasan.

"Sinayang mo yon? gago ka rin kasi eh." Rinig ko pang sabi ni Theo bago ako tuluyang makalayo.

Nakainom na rin ako, kasama nila mommy si Xavi dahil pinapakilala nila si Xavi sa ilang business partners nila, kanina pa rin sila magkasama and kanina pa rin ako umiinom dito kasama sila Fari at Quin.

"Ano ba kasing nangyari? Hindi ka naman nag k-kwento, ang sabi nila Dane nag lang divorce na kayo, iyon na yon." Sabi ni Quin pagkatapos mag lagay ng lemon sa bibig nya.

"Oo nga, anong reason?" Pang gagatong ni Fari.

Hindi ko sinagot ang tinong nila, mag ka sunod kong ininom ang tequila na nasa harap ko.

"Hoy, hinay hinay naman, gutom sa tequila?" Pang aasar nya, inirapan ko siya bago sumipsip ng lemon.

"Hindi ko rin alam ang sagot sa tanong nyo e." Sagot ko sa kanila.

"What do you mean?" Naguguluhang tanong ni Fari.

"Hindi ko rin alam yung reason kung bakit kami nag divorce." Taka silang nag tinginan bago mag shot ulit ng panibago.

"Pwede ba 'yon?" Takang tanong ni Quin, tumango tango ako bago isandal ang ulo ko sa balikat nila.

"Basta nagising nalang ako na tapos na." Sagot ko, worried nila akong tiningnan kaya bahagya akong napatawa.

"Wag nyo nga akong kaawaan." Malakas na sabi ko, inabutan ako ng tissue ni Quin kaya taka ko syang tinignan.

"Palabas na 'yang luha oh, punasan mo bago pa masira ang make up mo." Mahina akong napatawa bago kunin ang tissue sa kamay nya.

"Mahal na mahal nyo ang isa't isa so paano humantong sa ganon? Nako Jade nag cheat ba sya?" Tanong ni Fari, tango lang ang sinagot ko habang iniingatan hindi mabura ang make up ko, sabay silang napahawak sa bibig nila dahil sa gulat.

"Oh my god, how?" Tanong ni Quin, nag kibit balikat lang rin ako dahil hindi ko talaga alam ang isasagot sa kanila.

"Nag ka usap na ba kayo?" Tanong ni Fari.

"Nope, palagi kaming nag aaway e." Sagot ko, hinagit ni Quin ang likod ko para pigilan ako sa pag iyak.

"Hush, stop crying Xavi is here." Mabilis kong itinago ang tissue bago ngumiti kay Xavi, buhat buhat sya ni Laurence.

"Buti naman at nakarating ka." Sabi ko kay Laurence, nag yakapan sila nila Fari habang buhat buhat nya pa rin si Xavi.

"Syempre naman, ako pa." Proud na sagot nya.

"Nasaan ang girlfriend mo?" Tanong ko habang nililibot ang paningin ko, wala si Claire.

"Kailangan siya sa Hospital, pinaabot na lang niya yung regalo nya." Sagot nya, tumango nalang ako bilang sagot.

Tumayo ako, medyo hilo na rin pero kaya ko pa naman dumeretso, hindi naman mababa ang alcohol tolerance ko.

"Iwan muna namin kayo." Sabi ni Fari, sabay silang umalis ni Quin bago lumapit sa mga asawa nila.

Napatingin ako sa paligid, nakita kong papalapit si Monica sa pwesto namin.

Kasabay nya ang waiter, kitang kita ko ang pag dali nya sa dala nung waiter kaya malakas na napahampas yon sa ulo ni Xavi, nanlaki ang mata ko dahil don, sunod sunod rin na nabasag ang baso sa harap namin na naging dahilan para maagaw ang atensyon ng ibang tao.

"Are you trying to kill my child again ha? Monica?" Inis na sigaw ko sa kanya, nanlaki ang mata nya matapos kong sabihin yon.

"What do you mean?" Tanong ni Azi pagkalapit samin, taka nyang tinignan si Monica dahil don.

"Anong sinasabi ni Jade, Monica?" Naguguluhang tanong nya.

"No, wag mo syang pakinggan. Tara na umuwi na tayo." Sinubukan niya pang hilahin si Azi pero kinapitan lang ni Azi ang balikat nya at hinila pabalik sa dati nyang pwesto.

"Jade what happened here?" Tanong ni Azriel, napatingin sya kay Xavi na umiiyak na dahil sa sakit ng pagkakahampas sa ulo ni Xavi, agad nyang ibinalik ang tingin nya kay Monica.

"Ano yung sinabi ni Jade na, you're trying to kill our child again? May kinalaman ka ba sa pagkawala ng anak ko?" Kitang kita ko ang pag daan ng galit sa mga mata ni Azriel, so hindi pala sinabi ni Monica? Kaya ba ganon na lang kalaki ang galit nya sakin?

"Wala, don't tell me naniniwala ka sa sinungaling na t..." isang malakas na sampal ang natamo nya mula sakin, ako pa ang tinawag na sinungaling?

"Jade." Sinamaan ko ng tingin si Azi matapos nya akong tawagin.

"I hide it for years Monica." Diin na sabi ko sa kanya, bahagya kong pinalayo si Laurence para hindi sila madamay ni Xavi samin. "Tinulak mo ako sa hagdan noong gabing 'yon Monica, nanghingi ako ng tulong sayo pero tinawanan mo lang ako! Sinubukan kitang idemanda pero napakaswerte mo at nanghingi sila ng ebidensya na wala ako!" Sigaw ko sa kanya, kita kong napapikit ng tatlong beses si Azriel dahil don. "Kaya pala ang lakas ng loob mong manghingi ng cctv footage as evidence that day kasi na delete mo na yung footage pero ang tanga mo sa part na tin…" Napatigil ako nang bigla niya akong sampalin.

"Stop lying!" Sigaw nya, nginisian ko sya bago ilabas ang USB na nahulog nya sa loob mismo ng bahay namin.

"Paano napunta sayo yan?" Kabadong tanong nya, pansin ko rin na ilang beses siyang napalunok nang mapatingin si Azriel don.

"Why are you scared? guilty?" Nang aasar na tanong ko, huminga sya ng malalim bago sinubukang agawin yon sakin pero agad ko yong inipit sa loob ng palad ko.

"Wanna see how your son's died Azriel?" May bahid ng galit na tanong ko sa kanya, nangangatog ang kamay nyang kinuha ang USB sakin.

"See you never, Azi." Balik ko sa kanya ng salitang binitiwan nya sakin.

Mabilis akong tumalikod at iniwan sila sa loob ng nasirang party.

"Great job." Natatawang ani ni Laurence bago kami dumeretso sa loob ng bahay.

Well yes, that's the reason why hindi ako nakapag demanda noong panahong namatayan ako ng anak because of Monica, dinelete nya ang footage at noong dinemanda ko siya ay nanghingi sya ng cctv footage as evidence, proud pa ako na ipinakita ang footage sa mga pulis pero parang gumuho ang mundo ko nang wala silang makita, she already deleted it bago pa ako makapag file ng demanda.

She save the footage on that USB, iyon ang sikretong ayaw niyang ipaalam sa lahat, ang sikretong hindi alam ni Azriel, ang bahong tinatago nya.

All these years ay tumahimik ako, wala na nga sana akong plano na sabihin pa kay Azriel ang about sa USB pero dahil sa ginawa nya ngayon? I'll make sure na mabubulok sya sa kulungan pag may nangyaring masama sa anak ko.

May malaking bukol sa ulo ni Xavi, ginagamot na rin naman 'yon ni Laurence using cold compress, huminto na rin sya sa pag iyak.

"Mommy, what happened?" Tanong nya hindi pa rin sya humihinto sa pag hikbi dahil sa sobrang pag iyak nya kanina.

"That's nothing baby, how's your head?" Tanong ko.

"Hurt." Naluluha nanamang sabi nya.

"Jade, please talk to me!" Rinig kong sigaw ni Azriel sa labas ng pinto pero hindi ko na 'yon pinansin.

"Baby, do you want to play?" Tanong ko kay Xavi, napalingon sya sa pinto bago mag tanong ulit.

"Mommy is that daddy? Mommy open the door for him." Sabi nya pero inilingan ko lang sya.

"He's drunk, let's just color your coloring book and play some of your favorite songs." Binuhat ko sya papunta sa kwarto nya.

"But mommy, dad is shouting." Tuluyan kong sinarado ang pinto kaya naman hindi na nya narinig pa ang mga sigaw ni Azriel, nag pa tugtog ako ng cocomelon songs for her to calm down, binabantayan parin ni Laurence ang bukol ni Xavi dahil malakas raw ang naging pag tama noong plastic table sa ulo ni Xavi.

Hindi ko mapigilan ang maiyak habang nakatingin kay Xavi. This is so traumatizing for her, she doesn't deserve this. She deserves a peaceful life, a peaceful and perfect family.

Hindi ko mapigilan ang mapayakap sa kanya habang lumuluha.

"Mommy are you crying?" Tanong nya habang pinupunasan ang luha ko.

"I'm just happy, Happy Birthday Xavi." Kita ko ang pag kurba ng ngiti sa labi nya, I'm so sorry Xavi.

Ilang minuto palang kami rito sa kwarto nang biglang may kumatok kaya agad ko 'yong pinabuksan kay Laurence.

"Ma'am, may babae po sa labas, ayaw po tumigil kaka sigaw may security na rin po." Sabi ng katulong namin, she's also from Philippines, hinalikan ko sa pisngi si

Xavi bago lumabas kasama si Laurence, sinamahan naman nung katulong si Xavi sa kwarto.

Inis kong nilabas si Monica, hanggang sa hagdan ay rinig na rinig ko ang sigaw nya.

"Monica, can you please shut up?" Inis na sigaw ni Azriel bago pa kami tuluyang makalabas.

"Ano nanaman ba to Monica? hindi ka pa ba nakuntento sa ginawa mo? Ikaw Azriel? Bakit hindi ka pa umuwi para malaman mo ang totoo?" Galit na tanong ko sa kanila, ang pagkakatanda ko ay nananahimik na ang buhay ko e, bakit pa kasi sila bumalik?

"Bakit? Ikaw lang ba ang may karapatan mag labas ng totoo ha? Jade?" Galit na tanong ni Monica, malakas siyang tumawa pagkatapos.

"Teka, bitiwan mo ko Azriel." Sabi nya habang pilit na inaalis ang pagkakakapit sa kanya ni Azi.

"Bakit parang ako lang ang nasisisi? I just wanted to feel loved so anong mali?" Mas lalong nag liyab ang galit sa puso ko pagkatapos niyang sabihin yon.

"Alam mo yung mali Monica? Mali na sumira ka ng pamilya, mali na nagawa mong pumatay para sa sarili mong kagustuhan at mas lalong mali dahil selfish ka! sarili mo lang ang iniisip mo!" Nanginginig na sigaw ko sa kanya, gusto ko syang sampalin ng paulit ulit.

"Bakit? Naranasan mo ba ang mga naranasan ko? I always felt used, tangina, ikaw kasi mahal ka ng mga taong nakapaligid sayo! Paano naman ako?" Hindi ko alam kung anong mararamdaman ko, parang ibang Monica ang nasa harap ko ngayon, agad nyang pinunasan ang luha nya bago matalim na tumingin kay Laurence.

"You!" Turo nya kay Laurence. "Ang galing mo, you're the best actor that I know," Pumalakpak pa sya kaya kunot noo akong napatingin kay Laurence trying to ask what is the meaning of this. "Bakit parang wala kang kasalanan? Bakit parang ako lang ang dapat masisi? Hindi ba dapat pati ikaw? My dear ex-boyfriend." Napayuko si Laurence dahil don, wala syang nababanggit sakin tungkol dito.

"Ano 'yon?" Bulong ko kay Laurence pero hindi nya ako sinagot, he held my hand tightly pero pabato ko lang binitiwan ang kamay nya.

"Laurence anong sinasabi ni Monica?" Gigil na tanong ko.

"Wait ha, Laurence nasaan yung picture na binigay ko sayo dati? 'yung picture ni Jade at Azriel? hindi ba nakasulat sa likod non ang plano? Pero taksil ka! hindi ka sumuno-"

Naalala ko yung picture na nakita ko sa library ni Laurence 4 years ago, 'yon ba ang ibig sabihin ni Monica?

"Wala akong natatandaan na pumayag ako sa plano mo Monica!" Sigaw ni Laurence kay Monica dahilan para matigil sya.

"Magkaparehas lang tayo Laurence! kagaya lang kita na gagawin ang lahat makuha lang ang gusto mo." Sigaw din ni Monica sa kaniya.

"Hindi, magkaiba tayo, ibang iba ako sayo Monica, kahit na kailan hindi ko gugustuhin sumira ng pamilya makuha lang ang gusto ko-" Monica cut him.

"Kaya nakipag kaibigan ka?" Malakas na tumawa si Monica pagkatapos sabihin yon.

"Matagal na kaming magkaibigan." Pigil inis na sabi ni Laurence, hindi ko maintindihan anong nangyayari?

"Alam kong gusto mo si Jade, Laurence. Kaya nga nung inoffer ko sayo ang plano ang sinagot mo sa akin ay 'sige, pag iisipan ko.' ang plano ay paghiwalayin sila para makuha ko si Azriel at mapasayo si Jade hindi ba?" Sigaw ni Monica, madiin na napapikit si Laurence, hindi na niya napigilan ang sarili nya. Inis siyang lumapit kay Monica at kinapitan ng madiin ang balikat nya.

"Mali lahat ng sinasabi mo! Oo inaamin ko, nangyari lahat ng sinabi mo pero kahit na kailan ay hindi ako sumang ayon sa gusto mo! Monica tama na, tumigil ka na!" Narinig kong napa singhot si Laurence kaya naman agad ko syang nilapitan bago hilahin palayo kay Monica.

"Calm down." Pagpapakalma ko sa kanya, he's crying.

Nag aalala nya akong tinignan bago mag salita.

"Slap me, slap me please Jade, please." Pagmamakaawa niya but I can't.

"Slap me, pag salitaan mo ko ng masama cause I deserve it, may nagawa parin akong kasalanan so hurt me." Doon na tumulo ang luha ko, I hug him tight kahit nasa harap ko si Azriel, wala syang ginawang mali.

"Security, take this girl." Utos ko sa security kaya naman agad nilang hinawakan sa balikat ni Monica para ilabas ng bahay.

"Jade-"

"And this man too." Tingin ko kay Azi, nilapitan nya noong dalawang security guard at hinawakan rin sya sa balikat, hinila ko si Laurence papasok ng bahay.

"Manang pahingi ho ng tubig." Pakiramdam ko ay natuyuan ako ng tubig sa katawan dahil sa nangyari ngayon.

Inabot niya ang tubig sa akin ganon na rin kay Laurence, worried lang syang nakatingin sakin kaya naman nginitian ko sya for him to know na it's okay, na I'm not mad.

Sa lahat ng magandang bagay na nagawa sakin ni Laurence, masasabi ko na I'm so lucky to have him, hindi masisira ng isang bagay lahat ng masasayang napagdaanan namin, he help me to take care of Xavi, he became her second dad her tito, her best friend, her first at everything.

"I'm sorry." Bulong nya ulit, siguro ay nakaka labing limang sorry na sya simula kanina.

"Don't worry, I'm fine." Sagot ko, gusto kong itulog ang araw na to.

Nagpaalam ako sa kanya na aakyat na ako sa kwarto ko, hindi ko na rin naman hinintay ang sagot nya dahil pakiramdam ko ay pagod na pagod ako.

Regalo ang bumungad sa akin pagkabukas ko ng pinto, dinala na pala dito yung mga regalo sakin kanina.

Kinuha ko ang cellphone ko panay text at tawag ang bumungad sa akin galing yon kay Fari, Quin, Theo at Dane, they're worried.

Hindi na ako nag abala pa na mag reply, napag pasyahan ko na mag open ng regalo to lighten up my mood, nakakailang bukas na rin ako pero agad akong napatigil nang mahawakan ko ang regalo ni Azriel.

"This is my final gift, love. Happy Birthday." Pag basa ko sa letter.

Dahan dahan kong binuksan yon at photo album ang bumungad sakin.

Nandon lahat ng litrato namin, unti unting bumalik sa ala ala ko lahat, lahat ng napag daanan namin.

Our first meet.

I'm grade 9 student now and you know, kinakabahan akong mag grade 10 dahil baka hindi ako grumaduate.

"Jade, kanina pa kami nandito ang bagal mo naman." Reklamo ni Fari, agad akong bumaba ng hagdan para salubungin sila, I hug them tight bago sila hilahin palabas ng bahay.

Mom gave me my allowance bago tuluyang umalis ang school van.

Wala kaming ibang ginawa sa loob ng van kundi ang mag chismisan, medyo malayo rin kasi ang university na pinapasukan namin.

Sabay sabay kaming bumaba ng huminto ang van, muntik pa akong malaglag dahil may tumulak sakin, dalawang lalaki ang nasa likod ko.

"That's not me." Sabi nung isa na akala mo naman pinag bagsakan ng langit at lupa dahil sa sama ng mukha, may problema ata.

Matalim kong tiningnan yung isang lalaki bago sya sipain sa paa, hinigit ko sila Fari papasok sa University para hindi nya kami maabutan.

"Tsk, can you please stop running?" Sabay sabay kaming napahinto dahil sa malamig na boses na 'yon, inis kong hinarap yung lalaking nasa van rin kanina, yung nag sabi ng 'that's not me.'

"Pwede ka naman mauna sa paglalakad ah?" Taas kilay na sabi ko sa kanya. "Pati naka headset ka naman bakit mo pa kami naririnig?" Mataray na tanong ko.

"What's your name?" Tanong nya.

"Why? You're going to make ligaw on me and pag hulog na hulog na ako e, iiwan mo ako? Then after so many years marerealize mo na mahal mo pa ako so gagawa ka ng paraan para bumalik sakin but no, I'm not marupok kaya mahihirapan ka muna then pag tinanggap ulit kita you'll make cheating that make me feel so awful and unloved, worst thing, you'll going to meet this mas pretty girl na ipapalit mo sa akin but wala namang mas pretty pa sakin so yes I'm Jade Naive Guaren." Lahad ko ng kamay ko pero tinapunan nya lang ng tingin yon.

"Ang dami pang sinabi, last I don't make ligaw lalo na sayo." Sabi nya bago ako lampasan, napatingin ako kay Fari at Quin na nagpipigil ng tawa sa likod ko, hindi ko na yon pinansin. Kahiya yun ah.

Oo nakakatawang isipin na dyan ko sya unang nakausap, matagal ko na rin siyang nakakasabay sa school van pero wala naman akong pake sa paligid ko that time.

The first time he protected me.

Dahan dahan akong napangiti habang inaalala ang araw na 'yon.

"Pre salo!" Sigaw nung basketball player, nag d-drawing lang ako dito sa court dahil free time, wala rin naman sila Fari dahil hindi sila pumasok.

Inangat ko ang tingin ko trying to think a good design pero agad na nanlaki ang mata ko nang makita ko ang bola na lumilipad palapit sakin, as in parang ibinato.

Madiin akong napapikit habang hinahanda ang sarili ko sa pag tama ng bola sa mukha ko pero nakalipas na ang ilang segundo ay wala pa rin akong nararamdamang sakit o ano, immortal na ba ako?

Nang imulat ko ang mata ko ay agad akong napalayo dahil may kamay doon na nakahawak sa bola, halatang sinalo.

Dahan dahan kong inangat ang tingin sa sumalo non and I saw an angel in fro- hindi yung nasa van rin to.

He smiled at me bago inis na tumingin doon sa lalaking bumato ng bola sakin.

"Tarantado ka alam mong may tao bobo ka?" Inis na tanong niya doon sa lalaki bago ibato ang bola pabalik.

That was the first time he smiled at me too.

Wait, hindi pa 'yon tapos, recess non and nasa cafeteria ako trying to think kung anong bibilhin ko, medyo nagtatawanan na rin ang mga tao sa paligid ko kaya naman lumingon ako to find what's funny.

Nagulat ako nang may brasong pumulupot sa bewang ko, he tied his jacket on my waist bago bumulong sa tenga ko.

"You have your period, save this for later." He handed me the two pads bago ako lampasan, it's still him.

Azriel is my first life saver that time, the only man who buy a pads for me, the man who is ready to fight for me.

The time he asked me to be his friend.

Nandito ako sa library trying my best to advance reading, may recitation kami mamaya and kailangan kong mag handa.

Napatingin ako sa oras, maaga pa naman dahil kaka lunch break lang, hindi pa rin ako nag l-lunch dahil mas gugustuhin kong mag memorize kesa kumain.

"Pwede tumabi?" Tanong ni, Azriel ata name nito.

"Sure." Sagot ko kahit nakatingin lang sa libro, he ate in front of me.

"Bakit dito ka sa library kumakain?" Tanong ko. "Hindi mo ba alam na no foods allowed dito?" Tanong ko, inilagay nya ang daliri nya sa labi nya to shut me up.

"Nakalimutan mo rin ba na nasa library ka? bawal maingay." Sagot nya, inirapan ko sya at hindi na pinansin pa, sya rin naman ang mapapagalitan dyan pag nalaman ni ate librarian pero agad na napakunot ang noo ko matapos makita si ate librarian na nakatingin lang kay Azriel habang kumakain.

"Bakit hindi ka sinasaway?" Tanong ko, napatingin rin si Azriel kay ate librarian bago ngumiti.

"Wag kang maingay, siguro nagwapuhan sakin kaya hindi ako sinusuway, wala rin namang bakanteng upuan sa food court." Sagot nya, magsasalita na sana ako nang biglang tumunog ang tyan ko.

"Kumain ka na ba?" Tanong nya, umiling ako bilang sagot, napatingin ako sa kanya nang iusog nya ang pagkain nya sakin.

"Eat that." Sabi nya, tinaasan ko sya ng kilay bago ibalik sa kanya ang pagkain nya.

"I'm fine." Sagot ko pero hindi sya nag pa pigil, kinuha nya ang kutsara at itinapat yon sa bibig ko.

"Eat." Madiin na sabi nya, ibababa ko na sana ang kutsara pero mas malakas siya kaya wala na akong nagawa, isusubo ko na sana ang pagkain nang biglang mag salita si ate librarian.

"No eating allowed." Striktang sabi nya, sabay kaming napatawa bago lumabas ng library.

"Let's be friends." Sabi nya habang kumakain ako sa labas ng library, nakaupo lang sya sa tabi ko at sinasamahan ako sa kahihiyan na to, tinapos ko ang pag nguya bago mag salita.

"Bestfriends, once again, I'm Jade Naive Guaren." Lahad ko ng kamay ko.

"Azriel Sevara." Pag tanggap nya.

I smiled bitterly, that was the beginning of everything.

The time he asked for permission to court me.

Well we've been best friends for 7 months when this time came.

He performed sa isang school event, he sing while playing his piano.

"Wise men say

Only fools rush in

But I can't help falling in love with you

Shall I stay?

Would it be a sin?

If I can't help falling in love with you?" Pag kanta nya, dinadama ko lang ang malamig na boses nya na dahilan para matahimik ang crowd at mag focus sa kanya lahat.

"Like a river flows

Surely to the sea

Darling, so it goes

Some things are meant to be

Take my hand

Take my whole life, too

For I can't help falling in love with you." Isa isang namatay lahat ng ilaw, dalawang spotlights ang nag bukas at tumama yon kay Azriel at sakin.

"Like a river flows

Surely to the sea

Darling, so it goes

Some things are meant to be

Take my hand

Take my whole life, too

For I can't help falling in love with you

For I can't help falling in love with you." Dahan dahan siyang lumapit sakin while singing, hindi ko alam kung anong ibig sabihin nito pero may saya sa puso ko.

"Ano to?" Takang tanong ko sa kanya, nakita ko sa likod si Fari at Quin na nanonood samin, I stared at them trying to ask what is this.

He held my face to face him, nakangiti lang sya at halatang natatawa sa naguguluhan kong itsura, hinampas ko sya dahil don.

"Ang dami mong alam, ano to?" Pag uulit ko sa tanong.

Humarap sya sa mga tao bago mag salita.

"Ask her everyone." Sabi niya sa mic kaya napaharap rin ako sa mga tao.

"Pwede ka ba nyang ligawan?" Nanlaki ang mata ko dahil don.

"Can I court you? I'm willing to wait." He sincerely asked, I just nodded before saying my answer.

"Yes, you will." Sagot ko, napuno ng sigawan ang buong lugar that time.

For Pete's sake sinong maniniwala na grade 9 lang kami nang mangyari yon.

The beginning of our relationship

Siguro ay halos isang taon rin siyang nanligaw at nag antay before I said yes to him, so this is what happened.

"Azriel, hindi ka ba napapagod mag hintay?" Tanong ko, nandito kami sa park ngayon naglalakad lakad.

"Saan?" Tanong nya.

"Sa akin, sa panliligaw." Sagot ko, he act like thinking before nodded.

"Pagod na pagod na nga ako e." Sagot nya kaya sinamaan ko sya ng tingin. "Tara kain tayo." Pag bawi nya, "Sinong hindi mapapagod kanina pa tayo lakad ng lakad."

"Azi naman eh!" Nauna ako sa paglalakad but he reached my hand to stop me, hinarap nya ako sa kanya bago umiling.

"Bakit naman ako mapapagod? Hindi ba ang sabi ko, I'm willing to wait just take your time." Seryosong sagot nya.

"Mall tayo, gusto ko mag arcade." Out of nowhere na sabi ko, mabilis kaming nag punta sa kotse nila at nag pa hatid sa mall, wala pa naman kaming drivers license, we're only grade 10.

Dumeretso kami sa Arcade pagkarating, kagaya kanina, nasa labas lang ang driver habang nag aantay samin, alam na rin ng family nya na nililigawan nya ako, funny isn't it?

Marami na kaming nalaro bago ko maisipan na mag basketball, ilang beses pa syang nag pa talo sakin bago ako mapagod.

"Azriel, see that high score?" Tanong ko sabay turo sa 1,264 shoots na high score, tumango siya bilang sagot.

"Pag mas nataasan mo yon, I'll give you a prize." Dagdag ko, tinaasan nya ako ng kilay bago guluhin ang buhok ko.

"What kind of prize?" Tanong nya, umiling ako para sabihing secret, tinignan nya pa ako ng isang beses bago mag hulog ng tokens.

He seriously played the game na akala mo naman may kalaban talaga, pinagpapawisan na rin sya dahil sa bilis ng kilos nya nanlaki ang mata ko nang mapatingin ako sa score, 1,153 may remaining seconds pa.

Sa loob ng 60 seconds ay nagawa niyang taasan ang high score ng tatlong points.

"Paan-"

"So what's my prize?" Pagod na sabi nya.

"Wala, tara uwi na tayo." Napalunok pa ako ng ilang beses, parang umurong yung gusto kong sabihin

He held my hand to hug me.

"Let me rest first." Sabi nya habang nakayakap sakin.

"Bakit nakayakap ka sakin? Tara na sa kotse ka mag pahinga." Mas hinigpitan nya ang yakap sa akin bago isandal ang ulo nya sa balikat ko.

"Ikaw ang pahinga ko." Sagot nya dahilan para mapatigil ako.

"Azi, I want to give your prize now." Sabi ko kaya naman dahan dahan lumuwag ang yakap nya.

"What is it?" Tanong nya.

"Azi, yes." Nakangiting sabi ko.

"What do you mean?" Kunot noong tanong niya habang deretsong nakatingin sa mga mata ko.

"I'm your girlfriend now." Nakangiting sagot ko.

That's one of happiest day with him, hinding hindi ko makakalimutan ang araw na 'yon, the day I said yes to him, the day I finally got my first kiss.

The day he asked me to be his wife.

7 years na kami that time and still counting.

Nag punta ako sa bahay nila at naabutan ko syang nag babasa, sa med school na siya pumapasok and madalas na nyang mapabayaan ang sarili nya dahil puro nalang sya review, may tiwala naman ako na maipapasa nya ang exam he smart enough for that.

"Good afternoon, love." Sabi ko pagpasok sa kwarto nya, may dala akong pagkain.

Ibinaling nya ang paningin nya sakin bago isarado ang librong binabasa nya kanina.

"Good afternoon, bakit nag punta ka pa dito? dapat inantay mo nalang ako mamaya." Sabi nya bago ako yakapin, siniko ko sya bago iabot sa kanya ang dala kong pagkain.

"Kumain kana, hindi ka pa daw nag breakfast and lunch sabi ni tita." Sabi ko bago umupo sa tabi nya, binuksan ko ang dala kong container.

"Feed me." Pagod na sabi nya, isinandal nya ang ulo nya sa balikat ko to rest there.

"Pagod ka lang hindi ka naman paralisado." Sabi ko bago kunin ang librong binabasa nya, I checked that, naka graduate na rin ako and sya na lang ang hinihintay kong mag graduate sa med school.

"Akin na highlighter mo." Inilahad ko ang kamay ko, naramdaman ko ang pag halik niya don kaya naman natatawa ko syang tinignan.

"Highlighter nga!" Pigil ngiting sabi ko, kinuha nya ang highlighter bago mag patuloy sa pag kain.

I highlight those important words para hindi na sya mahirapan, well hindi man ako med school may alam rin naman ako sa ganito, napag aaralan parin to sa science.

Nakaramdam ako ng gutom kaya naman hinanap ko ang mini refrigerator nya para kumuha ng soda pero cupcakes ang nakita ko.

"Kailan ka bumili ng cupcakes?" Tanong ko bago ilabas yon, kinakabahan nya akong tinignan bago ibalik ang tingin nya sa binabasa.

"Kahapon." Sagot nya, kunot noo ko syang tinignan bago dalhin yon sa tabi nya.

"Open your mouth." Sabi ko bago ipakain sa kanya yung cupcake, nakakatatlo na rin ako at isa na lang ang natitira.

"Gusto mo pa?" Tanong ko sa kanya, umiling sya bilang sagot.

"Kainin mo na yan." Sabi nya kaya naman kinain ko na yon, napatigil ako nang may makagat akong matigas.

"Azi bakit parang may bato?" Tanong ko sa kanya, taka nya akong tinignan bago ibaling ang tingin nya sa cupcake.

"I don't know." Nag kibit balikat pa syang sumagot.

I opened the cupcake to check if may bato ba doon ang singsing ang bumungad sakin.

"Azi." Hindi makapaniwala kong sabi, I know this.

"Ask me na, I'm ready na to say yes." Sabi ko dahilan para mapatawa sya, kinuha niya ang singsing bago tanggalin ang plastic na nakabalot don.

"Hindi ganito yung plano ko pero sige, will you marry me?" He said full of sweetness, I bit my lower lip before nodding.

"Yes Azriel Sevara, I'm ready to be your wife." Sagot ko, he kissed my forehead bago isuot ang singsing sa daliri ko.

1 year rin kaming nag handa bago kami tuluyang ikasal, that was the memorable thing happened in my entire life, once in lifetime, ni hindi ko inaasahan na babalik pa ako sa pagiging Ms.Guaren after all.

Cancer

AZRIEL'S POV

Pinalabas kami ng mga security, I pleased them pero hindi sila nakinig, I need to talk to Jade, she needs me right now.

"Monica totoo ba yung sinabi ni Jade? totoo ba na tinulak mo sya kaya namatay ang anak namin?" Tanong ko sa kanya, she laugh loudly.

"Bakit hindi mo panoorin? Wala na rin naman akong magagawa dahil lumabas na ang totoo? Azriel nagmahal lang naman ako diba?" There she is again, palagi niyang sinasabi na nagmahal lang sya kaya nya nagawa ang mga ganoong bagay.

"Love is not enough reason for doing those things, for killing my son, for ruining my life, my family." Sagot ko, gusto kong makipag usap ng kalmado sa kanya so I try my best not to shout at her.

"Monica, nagmamakaawa ako sayo, sabihin mo na sa parents natin na magaling kana. Monica kailangan ako ni Jade." I cried in front of her.

"Pero kailangan rin kita Azri-"

"Kuya." I cut her. "Monica call me kuya." Napapikit sya dahil don, yes she's my sister, half sister.

"But Azriel, I love you." No...

"I love Jade, I love Xavi." Pilit kong ipinapaintindi ito sa kaniya pero hanggang ngayon ay ayaw niya akong intindihin.

"Don't you love your parents? Me?" Naluluhang tanong nya, I breathe heavily.

"Monica, ang sabi mo may cancer ka and you need me to survive hindi ba?" I said trying to make her mind open and realize what she did. "So I did my best to heal your cancer, to make you happy, I sacrifice everything kasi pinakiusapan ako ng parents ko kahit alam nila na masasaktan ko si Jade, ang hirap para sakin na panoorin lang si Jade masaktan, na I can't do anything to fix our relationship dahil kailangan ko syang mapapayag na makipag divorce sakin." Pinunasan ko ang luhang tumutulo sa mata pisngi ko before holding her arm.

"Monica, I know you'll find someone better, yung mamahalin ka pabalik, yung bagong magiging lakas mo para mabuhay, Monica magkapatid tayo kailan mo ba maiintindihan 'yon?"

"All these years ba hindi mo ko minahal?" Umiiyak na sabi nya, madiin akong napapikit bago umiling.

"No, hindi ko kayang mag cheat kay Jade and I know you know it, Monica, mahal kita pero hindi kagaya ng pagmamahal mo sa akin, sa tingin mo ba hihiwalayan ko ang asawa ko kung hindi kita mahal?" She look at me and I look straight into her eyes. "I love you as my sister, Monica. I hope you'll understand." She bite her lip, doon na sya umiyak ng malakas.

Jade didn't know na may half sister ako, nasa ibang bansa si Monica dati kaya hindi ko naipakilala then umuwi sya ng may brain cancer, nagulat nalang rin ako dahil magkaibigan na sila ni Jade.

Then nabigla ako noong kinausap ako ng parents namin, they said Monica had her last wish.

Iyon ay ang iparamdam ko sa kanya na mahal ko sya and set myself free, na hiwalayan ko si Jade for her, na makipag divorce kahit hindi ko gusto.

Ayaw rin pumayag nila mommy noong una sa gusto ni Monica but days had passed, kinausap nila ulit ako ang nagmamakaawa sila sa harap ko na makipag divorce ako kay Jade, sinabi nila na mamamatay na si Monica so pumayag na ako because I want to make my sister happy just for last breath pero kahit na ganon ay tumulong ako sa pagpapagaling sa kanya, we made so many test to make her cancer gone and we succeed.

Sa ngayon ay hindi pa alam ng parents namin na magaling na si Monica, nasa ibang bansa pa sila kaya hindi pa namin nasasabi.

Habang dinuduksungan ko ang buhay ni Monica ay unti unti ko namang pinapatay si Jade.

Hindi ako nag pa control sa pamilya ko o kahit na kay Monica, ginawa ko lang ang makakaya ko as her brother, kahit na ikakasakit ko at ng taong mahal ko dahil ayokong saktan ang parents ko pag tuluyang nawala si Monica, I love my sister, she's a good sister to me.

My duty as her brother is done already, I already did my best, I already chase my family but now, It's time to choose Jade, to choose my new family, my future, my wife.

Napangiti ako habang inaalala na peke ang divorce papers namin ni Jade, na we're still married, hindi ko kayang makipag divorce sa kanya kaya naman pineke ko lahat, she's still my wife, she's still my Mrs.Jade Naive Guaren Sevara.

"Monica, I'm your brother so I can't watch you na mamatay na lang so I did what you want, I gave myself to you kahit hindi naman gusto ng sarili ko, ipinaramdam ko sayo na mahal kita pero hanggang doon na lang 'yon." She hugged me tight na syang ikinagulat ko.

"I'm so sorry kuya, Am I being so selfish? this love made me blind, made me so selfish too, kuya hindi naman ako ganito dati diba?" Umiiyak na sabi nya habang nakayakap sakin, parang nanghina ako dahil sa mga tanong niya, this is my sister, this is the Monica that I know. Agad siyang nawalan ng malay pagkatapos sabihin 'yon.

"Monica? Monica wake up!" Pilit ko syang ginising, no..

Binuhat ko sya papasok sa kotse, dinala ko sya sa pinakamalapit na Hospital kung saan rin dinala si Xavi dati.

"Monica, hold on." Pag kausap ko sa kanya, wala parin syang malay.

Agad naman siyang inasikaso pagdating namin, ilang oras pa akong nag antay bago lumabas ang doctor.

"How's my sister?" Tanong ko.

"Did you know that she has a cancer?" Tanong ng doctor kaya naman napakunot ang noo ko.

"I'm a doctor too, we made some test and her cancer is already gone so what are you saying?" Naguguluhang tanong ko.

"It's still there and this is her last stage, are you his doctor?" Tanong nya, umiling ako bilang sagot.

"I'm not, can I see her?" Tanong ko pero umiling siya bilang sagot.

"How's her?" Tanong ko ulit, fuck nag aalala ako.

"We need to take some tests." Sagot nya.

Naghintay pa ako doon, ilang oras, araw halos hindi na rin ako nakakakain kakaisip kay Monica. Inilipat na rin siya sa kwarto pero hanggang ngayon ay hindi pa rin sya gumigising.

Nagising ako nang maramdaman ko na may sumusuklay sa buhok ko.

"Gising ka na, nagugutom ka ba?" Tanong ko, mahina syang tumawa bago umiling.

Inalis niya ang oxygen na nakalagay sa ilong nya para makapag salita.

"Kuya, napuntahan mo na ba si Jade?" Tanong nya, umiling ako bilang sagot, bahagyang nalungkot ang mukha niya pagkatapos makita 'yon.

"Hindi pa, hindi ko pa sya nakakausap." Sagot ko, she held my hand and pinch it lightly, parang wala syang lakas.

"Kuya I wanted to see her, I wanted to talk to her, can you please bring her here?" Nakangiting sabi nya, ngumiti ako bago tumango.

"Of course, I will." Sagot ko.

"This day sana kuya." Dagdag nya, kunot noo ko syang tinignan pero nginitian nya lang ako.

What happened to her?

JADE'S POV

Nagising ako dahil sa walang tigil na pag tunog ng doorbell, ako nalang rin ang nag bukas dahil mukhang nasa trabaho na si Laurence.

"Anong ginagawa mo rito?" Tanong ko kay Azriel, yes, he's here.

"Pwede ka bang pumunta sa hospital? Kahit minuto lang, gusto ka lang kausapin ni Monica." I look at his eyes, he looks tired at halatang walang maayos na tulog.

"Azriel nananahimik na ako, please lang, tama n…"

"She has a cancer." Napatigil ako dahil don, nag tutubig na rin ang mga mata nya.

"Kailan pa?" Tanong ko, dahan dahan akong lumapit sa gate para mas marinig ang sasabihin niya.

"Years na rin, Jade she wanna talk to you so please." Pagmamakaawa nya, madiin akong napapikit bago bumalik sa loob at kumuha ng jacket, naka pang bahay lang ako kaya naman pinatungan ko ng jacket ang suot ko bago kami pumunta sa hospital.

Nakasalubong namin si Laurence, taka nya pa kaming tinignan bago ako ngisian.

"Totoo bang nandito si Monica?" Tanong ko kay Laurence, tumango sya bilang sagot.

"Hinihintay ata kayo, nakita ko kanina nakatingin sa pinto e." Sagot nya, umalis na rin sya dahil kailangan raw sya sa emergency room.

Nag lakad kami papalapit sa Elevator dahil nasa 3rd floor ang kwarto ni Monica. Kinakabahan ako habang naglalakad papunta sa kwarto niya.

"Monica, Jade is here." Rinig ko sa boses ni Azriel bago ako tuluyang pumasok sa loob, hindi ako makapaniwala sa nakikita ko, ang daming aparato na nakakabit sa kanya, naka oxygen at dextrose rin, halata rin na may sakit siya dahil sa lalim ng eye bag nya.

Hindi ko pansin ang ganitong itsura niya sa tuwing nagkikita kami. Siguro ay dahil napapatungan niya pa ng make up, ngayon kitang kita ko na ang panghihina sa itsura niya.

"Good morning, Monica." She smiled at me bago ako paupuin sa tabi nya.

"Kuya, labas ka muna." Nakangiting sabi nya, lumabas naman agad si Azriel. Kuya?

"Hindi ba Azriel ang tawag mo sa kanya?" Tanong ko, mahina syang tumawa dahil don.

"Kaya nga kita gustong makausap." Sagot nya. "I'm his half sister." Panimula nya, ilang beses pa akong napapikit dahil sa gulat.

"Is that true?" Gulat na sabi ko, nginitian nya ako bago tumango.

Huminga sya ng malalim bago mag salita ulit. "I'm the reason kung bakit kayo nag hiwalay, kung bakit ka nya nagawang saktan." I know.

"Totoo ba yung nakasulat sa likod ng album?" Tanong ko.

"Oo, ako ang nagsulat non, ayoko ng makitang nahihirapan ang kuya ko kaya ako na mismo ang nagsulat ng totoong rason kung bakit ka niya nagawang hiwalayan that's because may sakit ako and kailangan nya akong pasayahin para ma dugtungan ang buhay ko." Nahihirapang pagpapaliwanag nya. "My brother really loves you, Jade, nakakainggit." Nagsimula ng mag tubig ang mata nya pagkatapos sabihin 'yon.

"Gustong gusto ka nyang balikan at ipaintindi sayo lahat pero hindi niya magawa dahil alam niyang galit ka at baka hindi mo lang rin siya maintindihan." And in one snap, I'm just being speechless.

"Jade, ramdam ko na ito na ang huling araw ko kaya naman gusto kong mag sorry sa lahat lahat ng nagawa ko…"

"Ano bang sinasabi mo, gagaling ka pa." Putol ko sa sasabihin nya, hindi ko na rin tuloy na pigilan ang maluha, umiling iling sya habang pinupunasan ang luha ko.

"Jade, nakausap ko na si San Pedro kagabi, nagka pirmahan na kami sa kontrata." Pag bibiro nya habang umiiyak kaya naman mahina rin akong napatawa.

"But seriously, dapat si Lucifer ang pinirmahan mo." Sagot ko, nahihirapan siyang tumawa dahil don. "Para ka namang ano dyan Monica, wag ka nga munang mag salita ng ganyan kahit naman galit ako sayo, mahirap manood ng mga taong namamatay sa harap mo no." Sabi ko sa kanya, tumawa sya bago mag salita.

"Edi tumalikod ka." Mas lalong lumabas ang luha ko dahil don, she held my arm before she hug it.

"Jade, marami akong naging kasalanan sayo pero trust me, lahat yun ay pinagsisisihan ko." Ayaw tumigil sa pag labas ng luha nya.

"Hush." Pag papatahan ko sa kanya, nahihirapan na rin sya mag buka ng bibig.

"Jade, I wanted to say sorry sa lahat lahat, sa pag hulog ko sayo sa hagdan, sa pag agaw ko sa asawa mo, sa pag sira ko sa pamilya mo, you're a good friend of mine, but I did nothing to ruined your life.. Promise me that I am still your friend, okay?" Patanong na sabi nya, mapait syang ngumiti bago punasan ang luha nya.

"Monica naman, of course you are." Hagulgol ko, niyakap nya ako ng mahigpit bago bumulong.

"Please take care of my kuya, tell him na I really love him and I already understand him, Jade, please understand him too, mag usap kayo, mahal na mahal ka ng kuya ko." Pahina ng pahina ang boses nya, humiwalay sya sa yakapan namin bago ilagay ang hintuturo nya sa labi nya.

"Wag ka maingay ha? matutulog na ako, pag gusto mo ako murahin mamili ka lang ng bituin tapos yung pinakamaliwanag ako 'yon, gagantihan pa kita ng middle finger." She kissed my hand bago tuluyang isarado ang mga mata nya, napahawak nalang ako sa bibig ko para hindi nya marinig ang mga hagulgol ko, she's peacefully sleeping now. You're a great fighter Monica, that's a great fight.

Rest in Paradise.

"Monica Weing time of death, 10:45 a.m."

Kahit naman may nagawang masama sa akin si Monica ay hindi ko naman maitatanggi na naging mabuti siyang kaibigan, she did her best to protect me.

Walang ibang ginawa si Azriel kung 'di umiyak ng umiyak, dumating na rin ang parents nila kahapon, sa mother side sila half siblings.

Hindi ko iniwan si Azriel, hindi pa kami nag kakausap dahil nga inaayos nya pa ang pag papadala ng katawan ni Monica sa pilipinas.

"Have some sleep." Paalala ko sa kanya, nilingon nya ako bago ko i abot sa kanya yung kape.

"How are you? Nakatulog kana?" Tanong nya, tumango ako bilang sagot.

"Umuwi ako kahapon, nag iiyak daw si Xavi." Tumingin ako sa paligid, Nakaburol si Monica dahil nga hindi pa natatapos ang pag aasikaso ng mga kakailanganing papel para mauwi sa Pilipinas ang katawan ni Monica.

"How's her? Is she mad at me? Alam ba niya na hiwalay na tayo?" Tanong niya ulit, I tap his shoulder dahil may dumi doon.

"No, hindi ko pa sinasabi." Sagot ko, napatingin ako sa kamay nya and I saw our wedding ring there.

"Bakit suot mo yan?" Takang tanong ko, mahina syang tumawa bago hawakan ang kamay ko.

"Bawal ba?" Tanong nya.

"Bawal, hindi na rin naman tayo kasal diba?" Patanong na sabi ko.

"Sino nag sabi?" Kunot noo ko syang tinignan dahil don.

"Baliw ka ba?" Bulyaw ko sa kanya, tumawa ulit sya, ngayon lang ulit sya tumawa after so many days.

"We're married, have you forgotten?" Napatigil ako matapos marinig 'yon.

"Pinapirma mo ko sa divorce papers, have you forgotten?" Balik ko sa kanya ng tanong.

"That's fake." Walang kwentang sagot nya kaya naman napatingin ako sa kanya.

"Ano?" Halos pasigaw na tanong ko dahil sa gulat. Tumango sya bilang sagot kaya naman hinampas ko sya ng ilang ulit.

"Bakit hindi mo agad sinabi! Nailibing ko na yung singsing." Nang aasar nya akong tinignan dahil don.

"So it's okay na kasal parin tayo? Akala ko ba naka move on kana?" Matalim ko syang tinignan bago ambahan ng suntok.

"I'm already moved on na pala, ako na lang mag fa-file ng divorce papers." Pag bawi ko.

"Bawal."

"Bakit?"

"Bawal"

"Bakit nga?"

"Gagawa ako ng paraan para mapeke ulit." Napasapo nalang ako dahil don.

Months had passed, tuluyan na ring nailibing si Monica, nakauwi na rin kami sa pilipinas ni Xavi and speaking of Laurence, engaged na sya, ayaw na raw kasi nilang patagalin ni Claire.

Well nandito kami sa maiden's home ko, ang bahay nila mama, dito parin kami nakatira ni Xavi, patulog na sya and hindi ko rin alam kung bakit nandito si Azriel.

"Mom, dad kiss me here." Pag uulit nya sa ginawa nya nung nakaraan, hindi ko na sya hinalikan sa pisngi, sa noo lang.

"Mom, why po?" Tanong nya, sa loob ng limang buwan namin dito sa pilipinas ay natuto na rin syang mag po at opo.

"I just want." Sagot ko. "Sleep na." Dagdag ko pa.

"Mom, let's pray first." Sagot nya, tumango ako bago ipag dikit ang palad ko.

Xavi will lead the prayer.

"Papa god, thank you so much for this day po, for giving us foods, for saving us everyday, for giving me my mom and dad." Nakangiti lang ako habang nakikinig sa kanya.

"Ame-" sabay kaming napahinto nang mag salita pa si Xavi.

"I hope they will not be separated like others, because I love them and know they love me as well. Lastly, I hope I will have a baby brother to play with, Amen." Hindi na ako nakapag amen dahil doon.

Ano bang sinasabi ni Xavi.

Lumunok pa ako dahil pakiramdam ko ay may nakabara sa lalamunan ko.

"Xavi, sleep na." Sabi ko bago sya pahigain at kumutan.

Pinatay ko ang ilaw bago kami lumabas ni Azriel.

"Umuwi ka na." Sabi ko, papasok na sana ako sa kwarto ko pero agad akong natigilan nang ngumisi sya at higitin ako papasok sa loob.

"Azi, sinasabi ko sayo lumabas ka." Banta ko.

Prente lang syang umupo sa sofa ko bago mag de quatro

"Ano bang ginagawa mo dito?" Tanong ko bago umupo sa kama ko, deretso nya akong tinignan bago kuhanin ang cellphone nya at mag tipa doon.

Napatingin ako sa cellphone ko nang tumunog yon.

Azi_Vara: let's make her baby brother.

Nanlaki ang mata ko matapos mabasa yon, agad akong kumuha ng unan para ibato sa kanya.

"Puro ka kalokohan!" Inis na sabi ko habang patuloy parin sa pag bato.

"But honestly, hindi pa ako umuuwi kasi I want to talk to you seriously, Jade alam kong marami akong masamang nasabi sayo, and believe me lahat ng iyon ay pinagsisisihan ko, I don't really know what happened and I regret na hindi kita pinakinggan that time." Napahinto ako sa pag bato dahil don, I want to hear his side, just for now, sa lahat ng nangyari nag focus kayo sa side ko so now, let him say his side.

"Go on." Sagot ko, isa isa kong pinulot ang mga nagkalat na unan, this past 5 months ay puro iyakan lang ang nangyari dahil sa pagkawala ni Monica, it hurts for him, for his family.

"I'm so sorry for everything what happened, hindi ko lang talaga kayang sabihin dahil baka pag sinabi ko sayo ang reason ko ay mas lalo kang hindi makipag hiwalay sakin, Jade I did that for my sister's happiness and look at her now, she's happy for us. Jade all I want is happy ending, happy family, and sabi nga sa kantang palagi nating pinapakinggan dati," ngumiti siya bago mag patuloy. "If you come back to me, I'll guarantee that I'll never let you go." sabay kaming mahinang napatawa kahit na parehong may namumuong luha sa mga mata namin, I missed that song. "Can we go back to the day our love was strong?" Pagpapapatuloy nya sa kanta, mahina akong napailing bago ipag patuloy ang lyrics non.

"Can you tell me how our perfect love goes wrong?" Ito, ito yung lagi kong tinatanong sa kanya noong mga panahon na akala ko may mali sakin, samin, na akala ko ay basta na lang sya sumuko dahil hindi ko alam kung saan ako nagkulang kaya hindi ko rin alam kung paano ko aayusin.

"Can somebody tell me how to get things back, the way they use to be?" Napatakip ako sa bibig ko para pigilan ang malakas na pag iyak ko dahil habang sinasabi nya ang lyrics na yon ay parang itinatanong nya rin sa akin kung paano.

"Remember your favorite lyrics?" Tanong nya sakin, tumango ako bago higpitan ang pag kapit sa unan na hawak ko.

"Every moment without you, it seems like eternity." Sagot ko without tone, parang binanggit ko lang yung lyrics, it seems like that song really made for us.

"I'm begging you, begging you to come back to me." Pagpapapatuloy nya sa kanta.

He talk to me using that song, he talk to me using our favorite song.

"Jade, I'm begging you to forgive me, I know I'm not a perfect husband, I hurt you for a couple times, I always blame you for what happened to Luke, I'm sorry because you were able to ask yourself what's wrong with you, it's all my fault, and I regret everything." Napatingin ako sa ibang dereksyon dahil doon, akala ko hindi na ako masasaktan pag napag usapan pa namin ang bagay na to kasi ang buong akala ko ay hindi ko na sya mahal, na handa na akong mag mahal ulit ng iba pero hindi yon ganon kadali, siguro noong mga dumaan na taon ay pinagpahinga ko lang ang sarili ko sa sakit pero nandito pa rin pala, wala na yung sakit pero yung pagmamahal hindi pa rin nawawala.

"Azi alam mo ba, palagi kong tinatanong sa sarili ko kung saan ako nagkulang kaya nagawa mong mag hanap ng iba, kaya nagawa mong itapon yung 11 years natin together, na akala ko ganun na lang ako kadaling itapon, na akala ko hindi mo naman talaga ako minahal, na akala ko wala ng totoo sa wedding vows, na pati yung ring significant the love never ending ay hindi ko na rin pinaniwalaan, kasi Azi naranasan ko nang maiwan noong iniwan ako ni papa so naisip ko nalang na kaiwan iwa ba ako? na ayaw ba sa akin ng lahat? na ganun na lang ba ako kadaling iwan, kasi Azi nakabangon na ako sa pag iwan sakin ng papa ko pero bakit inulit mo pa?" Hindi ko na napigilan ang mapa hagulgol, yumuko ako sa unan at doon inilabas lahat ng unan ko, naramdaman ko nalang ang braso ni Azriel na yumayakap sakin.

"I'm sorry, I'm really sorry Jade." Iyak nya. "This is not the life I've promised to you, this is not the life we've dreamt before, this is not the future I want to give to Xavi, I promised to love you until my last breath but look what I've done?" Walang nag salita after non, puro iyak lang ang narinig ko.

Walang napagod, walang sumuko.

Pareho naming pinaubaya ang nararamdaman namin, pareho kaming nasaktan pero kahit na kailan ay hindi kami napagod sa isa't isa. It's really like that when really you love each other isn't it?

Ending

"Xavier don't run!" Sigaw ko habang hinahabol ang anak ko, ang pangalawang anak namin ni Azriel.

It's been 5 years since that happened, now we have Xavier, he's 2 years old.

Sa loob ng dalawang taon ay walang ibang ginawa si Azriel kundi ang iparamdam sa akin na nag sisisi sya sa nangyari, na mahal nya ako ganon na rin ang anak namin, niligawan nya ako ulit, kaming dalawa ni Xavi hanggang sa makuha nyang muli ang tiwala ko, now we're planning to get married again for the second time but this time, wala ng makakasira samin, wala ng makakasira sa 20 years namin.

"Mommy, si Xavier ayaw tumigil!" Sumbong ni Xaviara, she's 9 years old.

Parang ang bilis ng araw, ang bilis lumaki ng mga bata.

Parang noong nakaraan lang ay nag uusap kami ni Azriel about what happened to us, naniniwala ako na lahat ng 'yon ay pagsubok lang.

15 years old kami ni Azriel noong simulan naming mahalin ang isa't isa, sinong mag aakala na hindi lang pala iyon puppy love hindi ba?

"Anong iniisip mo?" Napabalik ako sa ulirat nang maramdaman ko ang braso ni Azriel na yumayakap mula sa likuran ko, ipinatong nya ang ulo nya sa balikat ko.

"Iniisip ko lang lahat ng nangyari sa'tin, Azi." Sagot ko, pumikit ako habang dinadama ang hangin na dumadampi sa balat ko.

"I'm hungry." Bulong nya kaya naman agad akong napamulat, hinanap ng paningin ko si Xaviara at Xavier, mukhang inis na si Xaviara dahil sa pagpapasaway ng kapatid nya.

"Xaviara, Xavier let's eat na!" Sigaw ko kaya naman dali dali silang lumapit sakin.

Umiiyak si Xavier at halatang nag susumbong, binelatan lang sya ni Xaviara, sabay kaming napatawa ni Azriel dahil sa kakulitan nila.

Hinawakan ko si Xaviara sa kamay at binuhat naman ni Azriel si Xavier papasok sa loob ng bahay.

After so many years, we finally got our happy ending.

Nakahiga na kami ni Azriel, nag hahanda na rin sa pag tulog.

Bukas na gaganapin ang kasal namin at halos hindi na rin ako makapag hintay.

"Azi, let's say our vows." Sabi ko bago umupo, umupo rin sya at nag handang makinig sa sasabihin ko.

"To have and to hold, form this day forward, for richer for poorer, in sickness and health until death do us part, akala ko gawa gawa lang yan, akala ko sinasabi lang yan for perfect wedding, you know akala ko lahat rin naman maghihiwalay, simula noong mag pakasal tayo ang dami kong na realize na pagkakaiba ng relationship being girlfriends and boyfriends compared to married life." Sandali akong huminto bago tumingin ng diretso sa mata nya. "Kasi noong boyfriend palang kita, selos lang ang pinag aawayan natin, pero noong naging mag asawa tayo ay mas marami palang responsibility." Mahina akong napatawa kasabay ng pag harap ko sa mga tao.

I'm wearing the gown I've made 5 years ago, yung gown na ipinagawa sa akin ni Azriel kahit hindi ko alam na sa akin 'yon, tinignan ko ang kabuuang itsura ni Azriel, he's in his black tuxedo na bagay i partner sa wedding gown na suot ko ngayon, Xaviara is our flower girl and Xavier is our ring bearer and you know what's my wedding flower? Well it's dandelion, this wedding is full of dandelions.

"Ang sabi mo dati hindi mo ako sasaktan well, kumusta ka na dyan Monica? I hope you're happy for us whenever you are now, nakita mo na yung forever mo dyan? and yes, I'm so thankful to Monica dahil binigyan niya tayo ng pinaka malaking pagsubok na naranasan nating dalawa." Tahimik lang na nakikinig ang mga tao, nakita ko ang namumuong luha sa mga mata ni Azriel kaya naman agad ko 'yong pinunasan gamit ang hinlalaki ko. "Azriel once again, I promise to love you with my whole life, I promise to be a perfect wife this time, to be a good mother to our child, to understand you whatever what happens, to help you to survive our marriage, until death do us part?" Tumango sya bago ilapit ang mic sa bibig nya.

"Until death do us part." Nakangiting sagot nya.

"It's my turn." Panimula nya. "First of all gusto kong mag sorry for the thousandth time, I'm sorry for what I did, and thank you so much for accepting me again, for giving me another chance to prove myself, another chance to love you again…" Someone interrupted him.

"Kiss!" Sigaw ni Xaviara kaya agad siyang napatigil, natawa rin tuloy ang lahat ng tao sa paligid.

Tumango ako kay Azriel para ipagpatuloy na nya ang sasabihin nya.

"Well excited na ata si Xavi, nasabi ko na rin naman to sayo kagabi so I promise that I'll do everything just not to hurt you again, I promise to love you today and forever, I'll be your doctor, protector, cook, maid, lover, husband and be a good father to our baby's, until death do us part." Hindi ko mapigilan ang maluha kaya naman I tried my best para hindi tumulo ang luha ko, sayang makeup pag nagulo.

"Mrs.Jade Naive Guaren Sevara do you take Mr.Azriel Sevara as your lawful husband, to have and to hold, from this day forward, for better for worse, for richer for poorer, in sickness and health, until death do your part?" Tanong ng pari, tumango ako bago itapat ang mic sa bibig ko.

"I do." Nakangiting sagot ko.

"Mr.Azriel Sevara do you take Mrs.Jade Naive Guaren Sevara as your lawful wife, to have and to hold, from this day forward, for better for worse, for richer for poorer, in sickness and health, until death do your part?"

"I do, I always do." Nakangiting sagot ni Azriel.

"The Bride and Groom will now exchange rings as a symbol of love and commitment to each other. Rings are a precious metal, they are also made precious by you wearing them, Your wedding rings are special, they enhance who you are. They mark the beginning of your long journey together. Your wedding ring is a circle, a symbol of love never ending. It is the seal of the vows you have just taken to love others without end." Agad na inabot ni Xavier ang singsing sa pari, nakangiti lang sya the whole time.

"Good job!" Bulong ko, mahina syang tumawa bago bumalik sa pwesto nya.

"Now please, place the ring of your partner left ring finger." isinuot namin ni Azriel ang singsing sa isa't isa, new beginning.

"And now, by the power vested in me, it is my honor and delight to declare you married. I pronounce you husband and wife. Go forth and live each day together with love. You may now kiss the bride." Dahan dahang inangat ni Azriel ang belo ko bago dahan dahang halikan ang labi ko, isa isang nag hiyawan ang lahat ganon na rin ang mga kaibigan namin na nakasaksi sa mga pagsubok na dumaan samin.

For the second time, we're married again.

"Hi Monica!" Bati ko sa kanya, Nandito kami sa Sementeryo ni Azriel, umupo ako para mahawakan ang lapida nya.

"I really missed you, your evilness, your accent, your voice, nakakainis ka naman, ang daya mo!" Nakasimangot na sabi ko sa kaniya.

"Alam mo ba, hanggang ngayon hindi pa rin ako maka get over doon sa Pregnancy test na binili ni Azriel, akala ko buntis ka nung time na 'yon, ang tricky naman kasi ng kilos mo, akala ko tuloy may nangyari na sa inyo ng kuya mo but still, you kissed him in front of me and hindi ko 'yon malilimutan." Pang aaway ko sa kanya, bahagya akong natawa ng may malamig na hangin ang dumaan sa harapan ko.

"We haven't sex, she's still my sister, Jade." Singit ni Azriel bago umupo sa tabi ko.

"Kaya nga akala ko meron eh, bakit kasi ganoon kayo kumilos non? Pati saan mo ginamit yung pregnancy test? Ang tagal na nating nag balikan pero hindi mo parin binabanggit sakin kung saan mo ginamit ang pregnancy test na 'yon!" Pinanlakihan ko sya ng mata, he hugged me before he kissed my forehead.

"Gusto mo bang gamitin?" Tanong nya kaya naman agad akong napalayo.

"Tigilan mo ako Azriel ha!" Saway ko sa kanya, tumawa lang sya bago ako higitin palapit sa kanya.

"Itinapon ko na ang pregnancy test na 'yon, gusto lang kitang asarin that time so bumili ako, effective naman diba?" Tinaasan ko sya ng kilay bago umiling.

"Hindi naman." Sagot ko, inilapag ko ang dandelion sa gilid ng libingan ni Monica.

Why always dandelion? Because it's the symbol of growth, hope, and healing.

"See you next month Monica, we love you!" I kissed my hand bago ilapat 'yon sa lapida nya, nag paalam na rin si Azriel bago kami tuluyang umalis.

Well Nandito kami sa Paris ngayon trying to live the best chapter in our lives.

For the last time I want to sing this song with my husband.

"love, pwede ba nating kantahin 'yung 'On bended knee' bago tayo matulog?" Tanong ko sa kanya, tulog na rin sila Xavi, mag kasama lang naman sila sa kwarto ni Xev which is Xavier.

"Bakit? the last time we sang that song ay nag iyakan tayo." Tanong nya, mahina akong napatawa bago tumango.

"Yeah, but this time, gusto ko 'tong kantahin hindi para umiyak, gusto kong kantahin yon to remember lahat, lahat ng nangyari from our day one until now." Sagot ko, tumango tango siya bago pumunta sa piano nya, binuhat nya ako at pinaupo doon sa piano habang tumutugtog sya.

"Darlin' I, I can't explain

Where did we lose our way?

Girl it's drivin' me insane

And I know I just need one more chance
To prove my love to you

And if you come back to me

I'll guarantee

That I'll never let you go," Panimula nya sa kanta, tahimik lang ang nakikinig sa kanya habang inaalala ang bawat pangyayari na napag daanan namin, ganon na rin ang mga pag subok na muntik na naming hindi malampasan.

"Can we go back to the days our love was strong? Can you tell me how a perfect love goes wrong? Can somebody tell me how to get things back The way they used to be?

Oh God give me a reason

I'm down on bended knee

I'll never walk again until you come back to me I'm down on bended knee." Napangiti nalang ako habang iniisip na *happy ending always significance the end, always remember, if you're not yet happy, It's not really the end.*

"So many nights I dream of you

Holding my pillow tight

And I know I don't need to be alone, yeah

When I open up my eyes

To face reality

Every moment without you

It seems like eternity

I'm begging you, begging you come back to me." Sya nalang ang hinayaan kong kumanta, dinarama ko lang ang malamig nyang boses kasabay ng pagtugtog nya sa piano.

"Can we go back to the days our love was strong? Can you tell me how a perfect love goes wrong? Can somebody tell me how to get things back The way they used to be?

Oh God give me a reason

I'm down on bended knee

I'll never walk again until you come back to me I'm down on bended knee."

"I'm Gonna swallow my pride

Say I'm sorry

Stop pointing fingers the blame is on me

I want a new life

And I want it with you

If you feel the same

Don't ever let it go

You gotta believe in the spirit of love

It'll heal all things

It won't hurt anymore

No I don't believe our love's terminal

I'm down on my knees begging you please come home." This song hit us so hard.

"Can we go back to the days our love was strong? Can you tell me how a perfect love goes wrong? Can somebody tell me how to get things back The way they used to be?

Oh God give me a reason

I'm down on bended knee

I'll never walk again until you come back to me I'm down on bended knee." I remember those times na halos lumuhod na sya sa pag hingi ng tawad sakin, para lang maibalik ang tiwala ko at tuluyang mag tiwala sa kanya ulit.

Unti unti kong iminulat ang mga mata ko, nakangiti lang sya habang nakatingin sakin.

"I love you." Nakangiting sabi ko bago guluhin ang buhok nya.

"I love you more, I really do." He kissed my forehead bago ako tulungan sa pag baba sa piano.

Seems like you've reached the end, thank you so much for reading our love story, I am Mrs.Jade Naive Guaren Sevara are now happily married with Mr.Azriel Sevara, Xaviara and Xavier are waving at you guys, until our next chapter. We love you, we really do.

"You're the best husband for me, best son, best brother, and best father, I'm so lucky to have you, thank you so much for giving me this wonderful life, I love you." — Jade

"First of all, thank god for giving me this woman who's ready to love me at my worst, thank for understanding me and giving me another chance, I admit that I'm not the best husband but thank you for giving me this best wife, We're so lucky to have each other, she gave everything that I've prayed for, I really love her, I love you, love." — Azriel

The End

Special Chapter

Years Before Wedding

"Oh ayusin mo yan Laurence!" Sigaw ko dahil manganganak na ang asawa niyang si Claire, paano ba naman nag panic, tinawagan pa kami sya 'tong doctor at ang sinabi pang dahilan sa amin eh hindi naman daw sya marunong mag pa anak at bigla raw syang natakot sa dugo.

"I hate you, Laurence!" Sigaw ni Claire habang hindi na malaman kung saan ba ilulugar ang sakit na nararamdaman nya.

"Pre, samahan mo sa loob yung asawa mo." Rinig ko sa boses ni Azriel, he's talking to Laurence.

Nangangatog syang pumasok sa loob ng delivery room habang kami ni Azriel ay nag aantay lang dito sa labas.

"How's daddy Laurence?" Tanong ni Xavi habang tumatakbo palapit sakin, tinignan ko si mommy dahil sya lang naman ang nag dala kay Xavi dito sa Hospital.

"Mom, dapat nag video call nalang tayo." Sabi ko pero umiling sya.

"Tignan mo nga ang itsura nyan, iyak ng iyak yan oh." Sabi ni mama, tinawanan ko lang sya bago buhatin si Xavi, she's 7 years old.

"Uuwi rin naman kami, bakit ka raw umiiyak sabi ni lola?" Tanong ko sa kanya, she's still sobbing.

"I heard you're in hospital so I got worried, I found myself crying thinking that something's happened to you and daddy." Iyak nya, kinuha sya sakin ni Azriel bago patahanin.

"Look we're still alive." Sabi nya kaya naman agad ko syang hinampas.

"Pinapatahan mo ba o ano?" Tanong ko sa kanya.

"Ma, where's Xavier?" Tanong ko, he's 4 months old.

"Tulog na, buti nga at hindi na umiyak ng malakas dahil pati ang tito Fred nyo ay stress na." Lumapit ako kay mama para imasahe ang noo nya.

"Ma, mabilis kang tatanda nyan akala ko ba gusto mo pa ng dosenang apo?" Pang aasar ko, tinapik nya ang kamay ko kaya naman agad ko 'yong inalis sa noo nya.

"Ay jusko, wag na kayong mag dagdag Jade ha." Striktang sabi nya, akala mo naman e mag dadagdag pa talaga.

"Don't worry ma, bigyan pa kita ng lima." She pull the end of my hair kaya naman agad siyang sinuway ni Xavi.

"Oh my god! Anong meron dito? May party?" Siraulong sigaw ni Fari, she's with her husband ganon na rin si Quin.

"Oh lumayo sa mga marurupok!" Sigaw naman ni Quin, inirapan ko lang sila.

"Come here Xavi, come to tita." Sabi ni Fari bago buhatin si Xavi, ilang oras pa kaming nag antay bago tuluyang lumabas ang doctor kasama si Laurence.

"Nakakaiyak ba?" Tanong ko dahil halatang kagagaling nya lang sa iyak.

Sunod na inilabas si Claire kasunod ng anak nila, she's so cute.

"Anong ginagawa nyo dito?" Tanong ni Laurence kay Fari at Quin.

"Mangungutang kami." Sagot nila, pinakita ni Laurence ang wallet nyang walang pera.

"Ayon kunin mo 'yon." Sabi ni Fari bago kuhanin ang black card ni Laurence.

"Daddy is that your baby?" Tanong ni Xavi kay Laurence, tumango si Laurence bilang sagot.

"You had your new baby?" Parang nagtatampo pang sabi nya.

"You're always be my first Xavi, don't worry." Sabi ni Laurence bago buhatin si Xavi.

Well yeah there's no sad ending for anyone, everyone are happy and contented with their lives, specially Laurence, he deserves to be happy, to had his own family, I know he'll be a good father like what he did to Xavi.

XAVIARA

"Ara, look at the camera!" Napalingon ako bago ngumiti sa isang camera na nakatutok sa akin ngayon.

Sunod sunod na flash ang sumalubong sa akin.

"Another one." Akmang ngingiti na ako nang mag ring ang cellphone ko, agad kong kinuha 'yon habang napapalibutan ako ng mga reporters.

Pasimple akong napairap matapos mabasa ang pangalan ni Cozen.

Pinatay ko ang tawag bago ngumiti ulit sa mga Camera.

"I'm sorry, I need to go." Paalam ko bago magsimula sa paglalakad papunta sa sasakyan na naghihintay sa akin. Napapalibutan ako ng mga bodyguards kaya naman hindi ako nasaktan kahit masyadong crowded sa paligid.

Binuksan ko ang pinto ng back seat bago umupo doon, walang emosyon na nakatingin sakin si Cozen na ngayon ay nakaupo sa Driver's seat.

"Ano nanaman?" Iritang tanong ko dahil nakatitig lang siya sakin.

"Bakit diyan ka umupo? Lumipat ka rito." Utos niya, tinap niya pa ng dalawang beses yung passenger's seat kaya naman padabog kong ibinaba ang sling bag ko.

"Napakaraming tao sa labas, Cozen naman. Parang ngayon lang eh." Ngumuso pa ako bago ipatong ang baba ko sa sandalan ng upuan niya dahilan para mag lapit ang mukha namin.

Kaagad siyang humarap sa unahan matapos kong gawin 'yon, mabilis akong napangiti bago umayos ng upo.

"Mag drive ka na." Utos ko bago sumandal sa upuan at pumikit. "I'm tired." Pagrereklamo ko pa.

"Nakakapagod ba ngumiti?" Tanong niya, minulat ko ang isang mata ko bago ibato sa kanya ang sling bag ko.

"Mag maneho ka nalang, bakit ba napakapapansin mo sa buhay ko? Crush mo ba ko?" Sunod sunod na sabi ko, sarkastiko siyang tumawa bago sumagot.

"Nananaginip ka nanaman ba? Baka nakakalimutan mo na ikaw ang may gusto sakin, Xaviara?" Umiwas ako ng tingin bago umirap.

"Sana pala hindi na ako umamin sayo." Bulong ko sa hangin.

"I can hear you." Pang aasar niya pa kaya naman napanguso nalang ako dahil talo nanaman ako sa asaran ngayon.

"Isusumbong kita sa mommy mo at sasabihin ko na tumakas ka sa Paris at sumama ka sa akin dito sa Pilipinas." Pagbabanta ko. "Sasabihin ko na nagtatago ka sa condo ko at inuubos mo ang pera nila sa pagbili ng ganitong sasakyan." I added.

"Shut up, Xavi, baka gusto mong isumbong din kita sa mommy mo at sabihin ko na may bagsak kang isang subject." Nanlaki ang mata ko matapos marinig 'yon.

Tumalon ako para makalipat sa passenger's seat, nag kabit ako ng seatbelt bago humarap sa kaniya.

"I tutor mo na kasi ako, hindi na kita isusumbong, babayaran pa kita at hahayaan na ubusin mo ang stock ko sa condo." Umakto pa siyang nag iisip bago umiling.

"No, mag aral ka kasi, hindi tataas ang grade mo kung ngingitian mo lang ang mga professors mo." Inirapan ko siya bago huminga ng malalim.

"Ano bang gusto mong gawin ko para itutor mo ko?" Tanong ko habang nakatingin sa daan.

"Give me a kiss." Tumawa pa siya ng mahina habang nakatingin lang sa daanan.

"Are you sure? I will gladly do that if you want." Pang-aasar ko, suminghal siya bago umirap.

"Ano, hindi mo naman pala kaya eh." Tinanggal ko ang seatbelt para mas makalapit ako sa kanya.

"Just tell me, I'll kiss you." Pag hamon ko, nanlaki ang mata ko nang pindotin niya ang seatbelt button dahilan para matanggal rin ang seatbelt niya.

"Kiss me then." Sabi niya bago ilapit ang mukha niya sa'kin.

About the Author

Huggettia

Huggettia doesn't want to divulge her own name but loves to give hugs to others. She was born in 2007 and began writing when she was 12 years old. She is currently in junior high school when she began writing this book.

When it comes to genre, she loves to write romance and adolescent fiction, but she's trying to do her best to attempt a lot of different genres that she knows she'll try in the future, except for horror because she's easily scared, she was also afraid of the idea of being able to imagine it anywhere.

She enjoys reading psychology books and spending her days being delusional about fictional characters. She is a huge lover of the Kpop and Ppop groups and can spend an entire day listening to their songs. She's also a fan of J.K Rowling because of Harry Potter.